4.0.1 CÙNG XÂY DỰNG
MODEL MACHINE LEARNING
với Bêta và Bít

4.0.1 Cùng xây dựng Model Machine Learning với Bêta và Bít
Phiên bản R

Tác giả:
Przemysław Biecek, Anna Kozak, Aleksander Zawada

Hình minh họa và trang bìa:
Aleksander Zawada

Bản dịch:
Lý Hoàng Thiên

Địa chỉ web:
https://betaandbit.github.io/RML_VN/
English version:
https://betaandbit.github.io/RML/
Dữ liệu và các đoạn mã có thể lặp lại:
https://github.com/BetaAndBit/RML
Nhà xuất bản:
Scientific Foundation SmarterPoland.pl
ISBN:
978-83-65291-16-5

Tái bản lần I
Warsaw 2022

Thôi được, tất cả các model dự đoán (predictive models) đều trông có vẻ ổn, nhưng làm cách nào chúng ta có thể xây dựng các model một cách đáng tin cậy hơn? Đây chính là câu hỏi tôi thường được hỏi bởi các nhà khoa học dữ liệu ở những mức độ kinh nghiệm khác nhau. Câu hỏi có vẻ đơn giản, nhưng đồng thời cũng rất thách thức bởi vì có rất nhiều luồng quan điểm và mối quan tâm khác nhau từ những người liên quan.

Những người xây dựng model thường tập trung vào việc huấn luyện model (training model) một cách tự động, kiểm soát hiệu năng, debug và những hoạt động duy trì cả hệ thống từ dữ liệu đến tối ưu hiệu năng phần cứng và cải tiến model (MLOps). Người sử dụng model phần nhiều thường hứng thú hơn với những câu hỏi về từ đâu mà model cho ra kết quả dự đoán như vậy (explainability) hoặc những đòi hỏi nhất định để hiểu được bên trong model hoạt động như thế nào (transparency) và mức độ "phòng thủ"(security) của mô hình trước những tấn công, ví dụ như từ dữ liệu kém chất lượng. Về phía xã hội, những mối quan tâm thường là model có công bằng hay thiên vị (fairness hay bias), ví dụ mô hình có ưu tiên cho một nhóm người nhỏ trong xã hội, hoặc thiên vị về giới tính không; hay kết quả dự đoán từ model có phù hợp chuẩn mực đạo đức hay không (ethics). Các cơ quan và cá nhân quản lý thì đặc biệt quan tâm đến những tác động khi triển khai model, đặc biệt với những model có khả năng tạo nên tác động lớn đối với xã hội.

Khi tổng hợp tất cả những góc nhìn và mối quan tâm kể trên, chúng ta sẽ tập trung vào ba thành phần chính liên quan đến khái niệm mô hình học máy đáng tin cậy (Responsible Machine Learning - RML): Thuật toán, Apps và Quy trình cải tiến.

Thuật toán - Thông thường để xử lí các mối quan hệ phức tạp trong tập dữ liệu, chúng ta cần dùng những thuật toán Machine Learning (ML) cấp cao và tùy biến linh hoạt. Tuy nhiên, thực tế, chúng ta không nên dùng và áp dụng nếu chưa hiểu cách những thuật toán này hoạt động ra sao. Do đó, một cuộc thảo luận về RML nên ít nhất đề cập đến chủ đề cách những thuật toán và model ML phức tạp hoạt động.

Apps - Phần mềm - Việc train các model cao cấp là một quá trình đòi hỏi nhiều tính toán phức tạp. Các thư viện cho phép việc train model hiệu quả thường là sự kết hợp gồm cả những yếu tố về phần cứng của máy và tối ưu cả về thuật toán. Sẽ không có những người chuyên môn sâu nếu không có công cụ tốt hỗ trợ, do đó, câu chuyện của model RML nhất thiết phải có một phần liên quan đến những phần mềm tốt.

Quy trình cải tiến - Trong quá trình xây dựng model, ngoài sự hiểu biết về công cụ hỗ trợ, chúng ta còn phải quan tâm đến kế hoạch, deadlines, truyền thông và mục tiêu muốn đạt được sau mỗi bước. Quá trình khai phá dữ liệu và model nên ở trong một vòng lặp, mỗi bước lặp, ta sẽ tiến gần đến model tốt hơn. Biết đến những công cụ là chưa đủ nếu bạn không biết khi nào cần và làm cách nào sử dụng chúng hiệu quả. Do đó, khi nói đến xây dựng model tin cậy, chúng ta đặc biệt lưu ý và nói nhiều về những quy trình ít người chú ý đến ẩn sau bước tạo ra model.

Quyển sách này tổng hòa tất cả các góc nhìn trên. Bạn đọc sẽ tìm thấy những kĩ thuật machine learning chọn lọc và cả những cách hiểu trực quan ngắn gọn. Các kĩ thuật đều được gắn liền với các đoạn code trong ngôn ngữ R[1]. Bạn đọc sẽ cùng hai nhân vật Bêta và Bít đi dạo vào khu vườn, không phải của kì hoa dị thảo, mà là của các model ML thú vị. Trong khu vườn có ngọn đèn được thắp lên bởi những góc nhìn thấu đáo về model từ kinh nghiệm thực tế.

Cuộc bàn luận giữa Bêta và Bít cũng chính là những gì diễn ra trong thực tế mà các nhà khoa học dữ liệu thường gặp, có nên thử một model khác không, hoặc có nên thử một kĩ thuật khác để khai phá dữ liệu, hoặc một tập dữ liệu khác chăng? — và ti tỉ câu hỏi như: làm cách nào để so sánh giữa những model hoặc làm thế nào để kiểm tra hiệu năng.

Quá trình phát triển model đòi hỏi sự cẩn thận và trách nhiệm, nhưng rất thú vị. Thông thường, nhiều quyển sách chỉ chú tâm vào mặt kiến thức mà quên mất đi niềm vui và sự thú vị. Nhưng, hi vọng ở quyển sách này, chúng ta sẽ có được cả hai.

Przemysław Biecek
Warszawa, 2021

---

[1] R Core Team. R: A Language and Environment for Statistical Computing. R Foundation for Statistical Computing, Vienna, Austria, 2021. URL https://www.R-project.org/

Những model dự đoán đã được sử dụng xuyên suốt lịch sử loài người. Thời xưa, những thầy tế ở Ai Cập cổ đại đã có thể dự đoán khi nào nước sông Nile dâng lên hoặc nhật thực sẽ diễn ra. Ngày nay, cùng với sự phát triển của thống kê, các tập dữ liệu có sẵn ngày càng nhiều và sự gia tăng trong khả năng tính toán cho phép chúng ta xây dựng các mô hình dự đoán nhanh hơn và ứng dụng chúng rộng rãi hơn.

Ngày nay, các model dự đoán được sử dụng hầu như mọi nơi. Việc lập kế hoạch chuỗi cung ứng cho một tập đoàn lớn, gợi ý bữa trưa hoặc một bộ phim cho buổi tối, hoặc dự đoán tình trạng kẹt xe ở một thành phố... Cứ như vậy, các trang báo liên tục đưa tin về những ứng dụng rất thú vị của các model dự đoán.

Thế những model dự đoán này đã được xây dựng như thế nào?

Ở trang tiếp theo, chúng ta sẽ cùng tìm hiểu vòng đời của một model dự đoán[2] bắt đầu từ khâu lên ý tưởng, tới khâu thiết kế, huấn luyện (training), kiểm tra, và triển khai. Lấy ý tưởng từ lập trình linh hoạt[3], chúng ta cũng sẽ xây dựng và khám phá các model ML linh hoạt. Những nguyên tắc chính của Machine Learning Linh Hoạt (Agile ML) là: liên tục cập nhật những kiến thức mới thu được, liên tục xây dựng những bản mẫu thử của giải pháp, liên tục cập nhật định hướng của dự án và cách thức truyền thông hiệu quả. Dưới đây là bảng tóm tắt vòng đời của một model dự đoán.

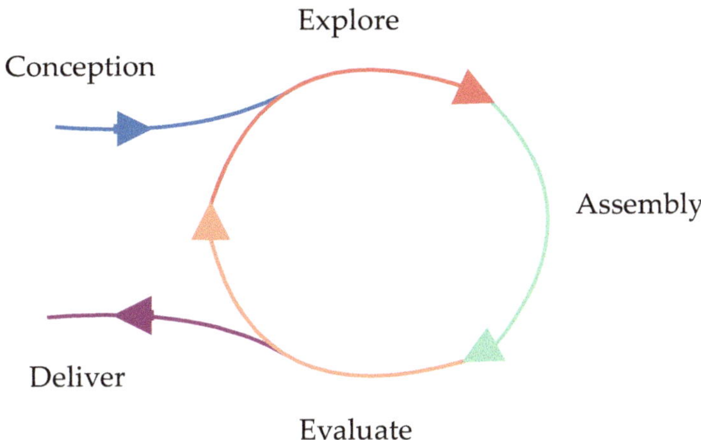

Chúng ta trình bày vòng đời một model dự đoán phân loại nhị phân (binary classification). Chúng ta bắt đầu hành trình bằng một model đơn giản lấy từ kiến thức lâm sàng của các bác sĩ và mở rộng mô hình đó ra thành một model Random Forest được học từ tập dữ liệu với những hyperparameters được tối ưu tự động. Mô tả về những phương pháp này được bổ sung bằng những dòng code trong R mà bạn có thể chạy lại để thu được lại tất cả những kết quả được giới thiệu. Chúng ta cũng nên chơi đùa với những dòng code này vì điều đó giúp chúng ta hiểu tốt hơn cách hoạt động của những phương pháp được mô tả ở trên.

[2] Chúng ta sử dụng dữ liệu mô phỏng dựa trên số liệu thực tế để dự đoán nguy cơ tử vong của bệnh nhân Covid. Nhưng cách thức tiếp cận được trình bày ở đây có thể ứng dụng ở một lớp rộng hơn các vấn đề tương tự.

[3] Agile manifesto https://en.wikipedia.org/wiki/Agile_software_development

Figure 1: Việc phát triển một model dự đoán thường bao gồm rất nhiều vòng lặp (iterations). Trong quyển sách này, bằng việc lặp đi lặp lại một số bước nhất định trong quá trình xây dựng model, chúng ta xây dựng nên model dần dần phức tạp hơn, sau đó bằng cách so sánh các model vừa được xây dựng với nhau và cuối cùng trích xuất nhiều thông tin bằng các kĩ thuật của bộ môn Explanatory Model Analysis (phân tích giải thích mô hình).

Những bước lặp sau đó bao gồm việc sử dụng những thư viện (package) có sẵn để xây dựng mô hình, khám phá dữ liệu và chọn thư viện để xây dựng model hợp lí, lắp ráp các bước lại để thành một ML workflow hoàn chỉnh và đánh giá mức độ hiệu quả của model nhiều lần dựa trên tập dữ liệu validation. Nhưng bên cạnh các bước này, chúng ta cũng trình bày khâu lên ý tưởng, trong đó vấn đề cần giải quyết được nêu cụ thể, và khâu triển khai model tới người dùng trên thực tế.

Với tính chất ngắn gọn và giới thiệu về Machine Learning tới bạn đọc, mô tả chi tiết về các thuật toán của ML và các kĩ thuật trong ngành Explainable Artificial Intelligence (trí thông minh nhân tạo với những model giải thích được với người dùng) đều sẽ được trình bày rất ngắn gọn. Nếu bạn đọc muốn học sâu hơn về các model dự đoán, chúng tôi đặc biệt giới thiệu quyển sách An Introduction to Statistical Learning (ISL)[4]. Những bạn đọc hứng thú và muốn tìm hiểu sâu về những kĩ thuật trong bộ môn Exploratory Model Analysis (EMA) và XAI (eXplainable Artificial Intelligence), chắc chắn các bạn sẽ tìm thấy nhiều thông tin hơn trong quyển Explanatory Model Analysis[5]. Cả hai quyển sách đều có thể tìm thấy ở dạng sách giấy hoặc bản sách điện tử miễn phí.

Chúng tôi chọn phương pháp tiếp cận bằng các model dựa trên ý tưởng của bài báo khoa học: Statistical modeling: the two cultures của Leo Breiman[6]. Bài báo trình bày hai góc nhìn về xây dựng model dự đoán, một tập trung vào xây dựng model phản ánh các quy luật trực quan của dự đoán, và góc nhìn còn lại là xây dựng model tập trung vào tính hiệu quả trong việc dự đoán một mục tiêu cụ thể. Như chúng ta đã trình bày, thực ra có một cây cầu nối giữa hai góc nhìn trên. Những model hiệu quả có thể và nên được dùng để rút ra những quy luật và kinh nghiệm trong một lĩnh vực nào đó, và những quy luật hoặc kinh nghiệm đó có thể được đối chiếu với chuyên gia trong lĩnh vực và tiếp tục được sử dụng để tiếp tục cải tiến model.

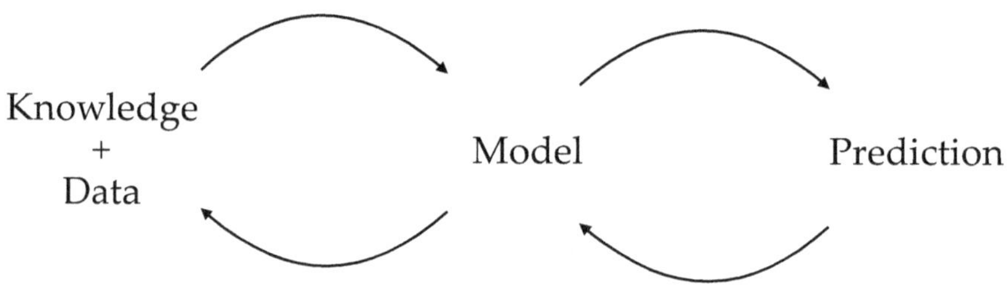

Một điểm thú vị khác mà Leo Breiman nhắc đến trong bài báo ở trên là quan điểm của Rashomon về model dự đoán, ví dụ như tình huống mà trong đó nhiều models tốt tương đương nhau cùng dự đoán một đối tượng bằng những luận cứ khác nhau. Trong quyển sách này, chúng ta sẽ cùng xem xét cách mà những model khác nhau đưa ra dự đoán. Chúng tôi cũng sẽ giới thiệu một giản đồ kim tự tháp chứa những phương pháp được dùng để khám phá model và từ đó tạo nên một ngữ pháp để có thể tỏ rõ và so sánh những câu chuyện để đi đến dự đoán của những model khác nhau.

[4] Gareth James, Daniela Witten, Trevor Hastie, and Robert Tibshirani. An Introduction to Statistical Learning: with Applications in R. Springer, 2013. URL https://www.statlearning.com/

[5] Przemyslaw Biecek and Tomasz Burzykowski. Explanatory Model Analysis. Chapman and Hall/CRC, New York, 2021. URL https://pbiecek.github.io/ema/

[6] Leo Breiman. Statistical modeling: the two cultures. Statistical Science, 16(3):199–231, 2001b

Figure 2: Phần đầu của quyển sách nói về việc dùng những kiến thức thực tế và dữ liệu để xây dựng model và sau đó đưa ra dự đoán. Nửa phần sau, chúng ta sẽ cùng nhau bàn luận cách từ các dự đoán, làm thế nào để biết cách model hoạt động và làm cách nào để trích xuất những thông tin về kiến thức thực nghiệm từ model dự đoán.

Nghiên cứu về SARS-COV-2

Chúng ta sẽ cùng xây dựng một model ML ổn định và đáng tin cậy (responsible predictive modelling) dựa trên dữ liệu của Viện Vệ sinh Dịch tễ Ba Lan nhằm dự đoán khả năng tử vong của bệnh nhân sau khi nhiễm Covid. Chúng tôi nhìn nhận ra việc sử dụng dữ liệu liên quan đến đại dịch Covid có thể gây ra những cảm xúc tiêu cực. Tuy nhiên, đây là một ví dụ điển hình khả năng tác động trực tiếp của những model dự đoán lên xã hội và về cách mà ngành phân tích dữ liệu giúp chúng ta đối đầu với những vấn đề phức tạp, quan trọng và nóng hổi của thời đại.

Tất cả những kết quả trong quyển sách này đều có thể được lặp lại được bằng cách chạy những dòng code theo hướng dẫn. Nếu bạn không muốn tự gõ lại những dòng code, các ví dụ, dữ liệu, và code đều có thể được tìm thấy tại trang web. Lưu ý: dữ liệu trong đường dẫn URL chỉ là dữ liệu mô phỏng, được tạo ra để sao chép tính chất của dữ liệu thực. Tập dữ liệu này không chứa bất kì thông tin của bệnh nhân nào ngoài đời thực.

Quy trình xây dựng model về khả năng trở nặng của bệnh nhân Covid-19 cũng có thể được dùng tương tự để tạo ra model về tỉ lệ sống sót của bệnh nhân, tìm hiểu giá nhà, hoặc đánh giá khả năng cho vay tín dụng của người dùng.

Ở Thủ đô Vác-sa-va, Ba Lan
MI DATA LAB
Bên trong một tòa nhà của Đại học Bách Khoa Vác-sa-va, tổng hành dinh bí mật của MI2Datalab (/MI squared datalab/)
Bit vừa mới lập trình xong một phần mềm trí tuệ nhân tạo để chơi Xếp gạch tự động.

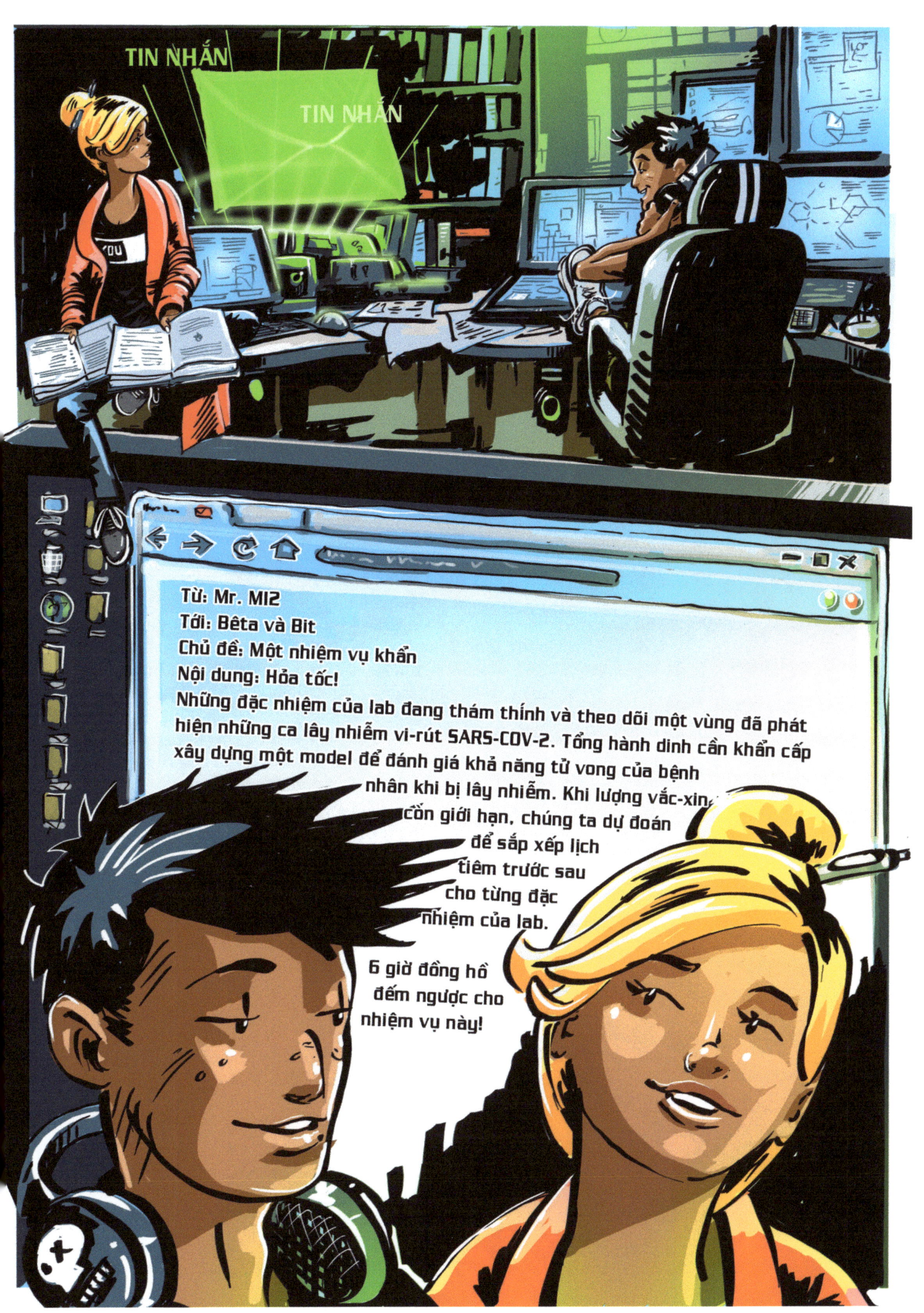

TIN NHẮN
TIN NHẮN
Từ: Mr. MI2
Tới: Bêta và Bit
Chủ đề: Một nhiệm vụ khẩn
Nội dung: Hỏa tốc!
Những đặc nhiệm của lab đang thám thính và theo dõi một vùng đã phát hiện những ca lây nhiễm vi-rút SARS-COV-2. Tổng hành dinh cần khẩn cấp xây dựng một model để đánh giá khả năng tử vong của bệnh nhân khi bị lây nhiễm. Khi lượng vắc-xin còn giới hạn, chúng ta dự đoán để sắp xếp lịch tiêm trước sau cho từng đặc nhiệm của lab.
6 giờ đồng hồ đếm ngược cho nhiệm vụ này!

Hello model!

Khi lướt qua các ví dụ của việc tạo ra model dự đoán, người ta thường có ngay một ấn tượng rằng vòng đời của một model dự đoán bắt đầu từ dữ liệu từ internet và kết thúc bằng việc kiểm tra mức độ hiệu quả của model khi thực hiện dự đoán trên một tập dữ liệu độc lập. Tuy nhiên, ấn tượng sơ khai đó chưa phải quá đúng.

Vòng đời của một model dự đoán bắt đầu với một vấn đề được xác định rõ ràng. Trong ví dụ này, chúng ta sẽ tìm kiếm một model để dự đoán khả năng tử vong của các cá nhân khi mắc Covid. Mục tiêu, chúng ta sẽ xây dựng một thang điểm cho phép phân loại bệnh nhân dựa trên nguy cơ tử vong của từng người. Tại sao chúng ta cần một model như vậy? Ví dụ, những người có nguy cơ trở nặng khi mắc bệnh sẽ được chăm sóc ưu tiên, được cung cấp máy thở Oxy dòng cao và được theo dõi y tế đặc biệt hoặc khi chưa mắc bệnh sẽ nên được ưu tiên tiêm chủng trước. Chính vì vậy, ở những mục tiếp theo, chúng tôi sẽ giới thiệu qua và dùng những phương pháp để đánh giá mức độ hiệu quả của mô hình dự đoán, ví dụ như chỉ số AUC (Area Under Curve- Diện tích dưới đường cong). Với từng vấn đề đặt ra, chúng ta sẽ dùng những chỉ số khác nhau để đánh gía mức độ hiệu quả của model dự đoán khác nhau.

Sau khi đã xác định được vấn đề cần giải quyết, bước tiếp theo là thu thập xong mọi thông tin liên quan nhiều nhất có thể. Thường thì giải pháp cho vấn đề có thể tìm thấy trong một số tài liệu, cũng có thể ở dưới dạng những model dự đoán đã được xây dựng sẵn, hoặc vấn đề đã được đem ra thảo luận về những đặc tính tiên quyết của tập dữ liệu để đưa ra dự đoán, hoặc những mẫu dữ liệu chứa nhiều thông tin nằm đâu đó trên mạng.

Nếu không có những giải pháp và dữ liệu sẵn có cho vấn đề; một câu hỏi chúng ta phải luôn tự hỏi: dữ liệu nào và sẽ được thu thập từ đâu để có thể là mẫu đại diện cho dân số (population) để từ đó chúng ta có thể xây dựng model. Vấn đề của việc chọn ra được mẫu đại diện cho dân số sẽ là chủ đề của một quyển sách khác. Việc thu thập không đúng dữ liệu sẽ tạo ra những thiên vị (bias) khó phát hiện ra và thậm chí tạo ra những model với khả năng dự đoán kém, rất khó sửa chữa.

Chúng ta nghĩ nôm na model dự đoán như là một hàm cho ra những dự đoán cụ thể dựa trên dữ liệu đầu vào. Thường thì các thông số của hàm như vậy sẽ được tính toán tự động dựa trên dữ liệu. Tuy nhiên, theo góc nhìn kĩ thuật, một model có thể là bất cứ hàm nào đưa ra được giá trị dự đoán mà chúng ta mong muốn.

Model đầu tiên của chúng ta sẽ là thống kê được thu thập từ Trung Tâm Kiểm Soát và Ngăn Chặn Dịch Bệnh (CDC[7]). Không cần dữ liệu mà có model, đó là khi ta sử dụng trực tiếp bảng thống kê khả năng tử vong của bệnh nhân từ CDC như là một model dự đoán đơn giản nhất.

[7] https://www.cdc.gov/

	0—4 years old	5—17 years old	18—29 years old	30—39 years old	40—49 years old	50—64 years old	65—74 years old	75—84 years old	85+ years old
Cases[2]	<1x	Reference group	2x	2x	2x	2x	1x	1x	2x
Hospitalization[3]	2x	Reference group	6x	10x	15x	25x	40x	65x	95x
Death[4]	2x	Reference group	10x	45x	130x	440x	1300x	3200x	8700x

Figure 3: Thống kê khả năng tử vong trên trang của CDC `https://tinyurl.com/CDCmortality` được đánh giá vào tháng 5 năm 2021. Bảng thống kê đưa ra tỷ lệ trở nặng của các nhóm tuổi so với nhóm tuổi đối chiếu 5 đến 17 tuổi (nhóm 5 đến 17 tuổi được chọn là nhóm đối chiếu vì nhóm này chiếm tổng số ca nhiễm Covid-19 nhiều nhất so với các nhóm tuổi còn lại).

Code trong R

Một model dự đoán là một hàm chuyển một bảng dữ liệu n x p với một số lượng mẫu n và p biến số thành một vector chứa n dự đoán. Để dẫn chứng rõ hơn, dưới đây chúng ta cùng định nghĩa một hàm tính toán xác suất tử vong của bệnh Covid với nhiều nhóm tuổi khác nhau dựa trên thống kê từ trang CDC.

```r
cdc_risk <- function(x, base_risk = 0.00003) {
  rratio <- rep(7900, nrow(x))
  rratio[which(x$Age < 84.5)] <- 2800
  rratio[which(x$Age < 74.5)] <- 1100
  rratio[which(x$Age < 64.5)] <- 400
  rratio[which(x$Age < 49.5)] <- 130
  rratio[which(x$Age < 39.5)] <- 45
  rratio[which(x$Age < 29.5)] <- 15
  rratio[which(x$Age < 17.5)] <- 1
  rratio[which(x$Age < 4.5)]  <- 2
  rratio * base_risk
}
steve <- data.frame(Age = 25, Diabetes = "Yes")
cdc_risk(steve)
## [1] 0.00045
```

Model dự đoán có thể có nhiều cấu trúc khác nhau. Để có thể thao tác với phần lớn các mẫu models, chúng ta cần đến một giao diện chuẩn hóa thống nhất. Trong quyển sách này, chúng ta cần dùng đến nền tảng có sẵn trong thư viện DALEX [8].

Hàm explain trong thư viện này tạo ra một explainer[9], i.e. và một đối tượng như explain được gọi là một "wrapper" cho model, cho phép bạn làm việc một cách thống nhất đối với các đối tượng có cấu trúc khác nhau nằm bên trong "wrapper".

Tham số đầu tiên của hàm explain chính là một model. Model có thể là đối tượng của bất kì lớp model nào. Tham số thứ hai là một hàm được dùng để trả về vector với các dự đoán. Thư viện DALEX có thể dự đoán hàm nào sẽ được dùng cho một model cụ thể, tuy nhiên trong quyển sách này, chúng tôi sẽ trình bày một cách tường minh nhằm nhấn mạnh cách mà một "wrapper" như hàm explain hoạt động. Tham số type được dùng để định nghĩa bài toán, "classification" hay "regression" và tham số label quy định tiêu đề sẽ xuất hiện trên các biểu đồ liên quan đến model này.

[8] Przemyslaw Biecek. DALEX: Explainers for Complex Predictive Models in R. Journal of Machine Learning Research, 19(84):1–5, 2018. URL `https://jmlr.org/papers/v19/18-416.html`

[9] Explainer là một đối tượng/adapter gồm một model và các thuộc tính đi kèm cũng như có giao diện để tương tác, thực hiện các bước phân tích kế tiếp.

TỚ SẼ HỎI NHỮNG BÁC SĨ VÀ NHÀ DỊCH TỄ HỌC ĐỂ CÓ THÊM THÔNG TIN
TỚ SẼ VIẾT CODE ĐỂ TỰ ĐỘNG TÌM KIẾM DỮ LIỆU TRÊN INTERNET.
TỚ CŨNG SẼ TÌM KIẾM DỮ LIỆU CỦA NHỮNG LOẠI BỆNH NỀN GÂY TIÊN LƯỢNG XẤU CHO BỆNH NHÂN.
VÀ LIÊN HỆ VỚI NHỮNG NHÀ KHOA HỌC ĐANG NGHIÊN CỨU LĨNH VỰC NÀY TRÊN THẾ GIỚI NỮA.
NHỮNG BÀI VIẾT TRÊN CÁC TẠP CHÍ KHOA HỌC UY TÍN CŨNG KHÔNG PHẢI LÀ MỘT Ý TƯỞNG TỒI, BÍT NHỈ?
CHẮC TỚ SẼ CÒN ĐI ĐÀO HẾT CÁC DIỄN ĐÀN ĐỂ TÌM THÊM DỮ LIỆU NỮA.
SCIENTIFIC AMERICAN
THE CORONAVIRUS PANDEMIC
ATARI

Ồ, XEM TỚ VỪA TÌM ĐƯỢC CÁI GÌ NÈ!
TỚ SẼ CHIẾU NÓ SANG MÀN HÌNH TO HƠN NHÉ.
TA CÓ THỂ DÙNG DỮ LIỆU THỐNG KÊ ĐỂ TÍNH ĐƯỢC NGUY CƠ. THẾ LÀ XONG!
GƯỢM ĐÃ, KHÔNG BIẾT LIỆU MÔ HÌNH NÀY ĐÃ ĐỦ TỐT CHƯA...
1H

```
library("DALEX")
model_cdc <- DALEX::explain(cdc_risk,
            predict_function = function(m, x) m(x),
            type  = "classification",
            label = "CDC")
predict(model_cdc, steve)
## [1] 0.00045
```

Sử dụng hàm `explain` trông có vẻ mang đến ít nhiều phức tạp, tuy nhiên, chúng ta sẽ sớm thấy được sự tiện lợi khi sử dụng hàm này.

Cấu trúc được thống nhất của explainer chính là một điểm mạnh lớn, ở một mức độ nào đó, chúng ta có thể nói, cấu trúc explainer độc lập với cấu trúc bên trong của model.

Phân tích khám phá dữ liệu (EDA)

Để xây dựng model tốt, chúng ta cần dữ liệu tốt. Trong Machine Learning, từ tốt có nghĩa là một lượng dữ liệu lớn có thể đại diện cho quần thể mà chúng ta đang nghiên cứu. Tuy nhiên, việc thu tập được lượng dữ liệu đạt tiêu chuẩn trên thường không dễ dàng và tốn kém tiền bạc cũng như đòi hỏi những kiến thức chuyên môn thống kê nhất định để thiết kế và thực hiện khảo sát/thu thập dữ liệu.

Bức tranh tươi sáng nhất là một người có thể tự thiết kế và tiến hành những cuộc thu thập/ khảo sát để có được dữ liệu cần có. Nếu bất lợi hơn, chúng ta sẽ cố gắng tìm những tập dữ liệu đã có sẵn, ví dụ như dữ liệu được thu thập vì một mục đích khác có thể được tái sử dụng để xây dựng model. Ở đây, chúng ta sẽ sử dụng dữ liệu[10] được thu thập qua các hồ sơ dịch tễ học của các cá nhân. Số lượng hồ sơ này rất lớn đủ để đại diện cho tập dân số, song, dữ liệu này chỉ chứa thông tin của những bệnh nhân dương tính với Sars-Cov-2 và có triệu chứng quan sát được. Những ca không biểu hiện triệu chứng thường thấy ở những người trẻ tuổi.

Dữ liệu có 2 phần: `covid_spring` và `covid_summer`. Tập đầu tiên được thu thập vào mùa xuân 2021 và được dùng làm dữ liệu training cho model, tập thứ hai được thu thập vào mùa hè và được dùng để validate model (kiểm định hiệu năng model). Trong ML, bước model validation được thường hiện trên một tập dữ liệu độc lập (được gọi là tập validation). Bước model validation này nhằm giảm thiểu rủi ro của hiện tượng overfitting trong những model có khả năng điều chỉnh quá nhiều hệ số bên trong nhằm để đưa ra dự đoán gần như hoàn hảo trên tập training nhưng dự đoán rất kém trên những dữ liệu trên thực tế. Nếu không có tập dữ liệu độc lập như đã đề cập, chúng ta có thể sử dụng kĩ thuật cross-validation, out-of-sample hoặc out-of-time hoặc những kĩ thuật phân chia dữ liệu khác có thể tìm thấy trên mạng.

[10] Xin chú ý rằng dữ liệu được đính kèm ở đây không phải dữ liệu thực được thu thập cho mục đích nghiên cứu dịch tễ, mà là dữ liệu mô phỏng có cùng cấu trúc và cùng đặc tính so với dữ liệu thực.

Code trong R

Ngôn ngữ lập trình R cung cấp hàng trăm công cụ được chuyên biệt hóa cho từng bước trong quá trình phân tích khám phá dữ liệu. Nhiều công cụ đã có được nhắc đến trong quyển sách "R for Data Science"[11], nhưng thực tế còn nhiều hơn thế nữa. Dưới đây chúng tôi xin đưa ra 3 ví dụ. Hãy bắt đầu với việc load dữ liệu vào R.

[11] Hadley Wickham and Garrett Grolemund. R for Data Science: Import, Tidy, Transform, Visualize, and Model Data. O'Reilly Media, Inc., 2017

```r
covid_spring <- read.table("covid_spring.csv", sep =";",
                   header = TRUE)
covid_summer <- read.table("covid_summer.csv", sep =";",
                   header = TRUE)
```

Chúng ta sử dụng thư viện `ggplot2` để vẽ biểu đồ tần suất (Histogram) cho Age và dùng thư viện `ggmosaic` để vẽ biểu đồ mosaic cho `Diabetes`. Chú ý là những biểu đồ ở lề của trang đã được căn chỉnh lại, nên có thể sẽ có những điểm khác biệt về tỷ lệ so với khi bạn chạy code trực tiếp.

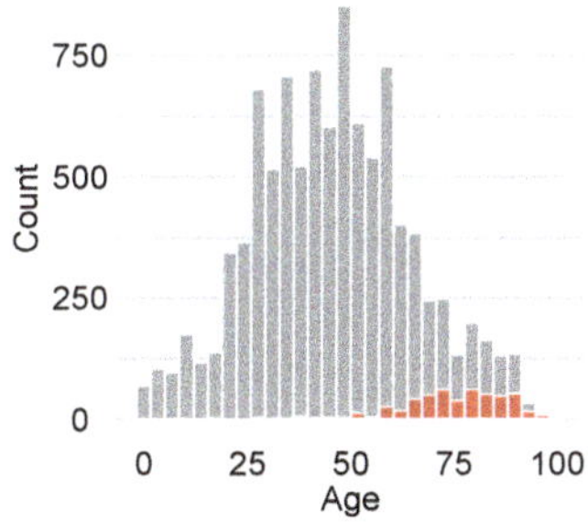

Figure 4: Biểu đồ cho biến Age theo trạng thái sinh tồn.

```r
# Xem Figure 4
library("ggplot2")
ggplot(covid_spring) +
    geom_histogram(aes(Age, fill = Death))
# Xem Figure 5
library("ggmosaic")
ggplot(data = covid_spring) +
    geom_mosaic(aes(x=product(Diabetes), fill = Death))
```

Một cách rất tiện lợi để tóm tắt dữ liệu dạng bảng chính là: „Table 1". Đó là cách tóm tắt những đặc điểm chính của mỗi trường thông tin dựa trên thông tin cần tìm hiểu (ở đây là khả năng tử vong khi mắc Covid, chứa hai gía trị). Cái tên „Table 1" có nguồn gốc rất thú vị, bởi vì cách tóm tắt dữ liệu này thường xuất hiện đầu tiên và trước hết trong các bài viết của tạp chí y khoa / khoa học.

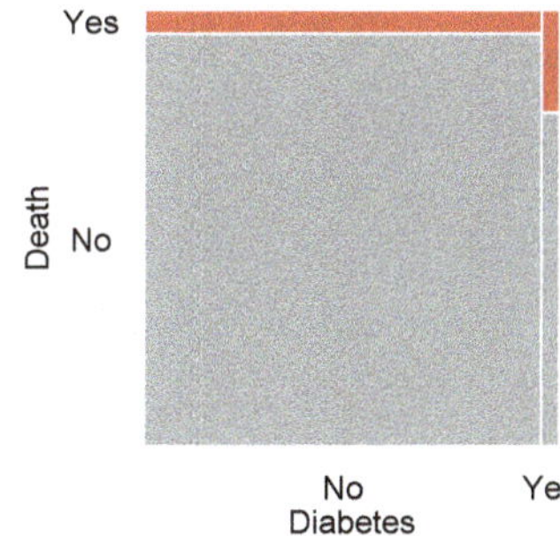

Figure 5: Biểu đồ mosaic thể hiện rõ có ít người bệnh tiểu đường hơi, nhưng tỉ lệ tử vong cao hơn cho nhóm này.

```r
library("tableone")
CreateTableOne(vars = colnames(covid_spring)[1:10],
                   data = covid_spring,
                   strata = "Death")
#                              Stratified by Death
#                                No            Yes
#  n                            9487           513
#  Gender = Male (%)            4554 (48.0)    271 (52.8) 0.037
#  Age (mean (SD))             44.19 (18.32)  74.44 (13.2) <0.001
#  CardiovascularDiseases = Yes (%)  839 ( 8.8)   273 (53.2) <0.001
#  Diabetes = Yes (%)            260 ( 2.7)     78 (15.2) <0.001
#  Neurological.Diseases = Yes (%)  127 ( 1.3)    57 (11.1) <0.001
#  Kidney.Diseases = Yes (%)     111 ( 1.2)     62 (12.1) <0.001
#  Cancer = Yes (%)              158 ( 1.7)     68 (13.3) <0.001
#  Hospitalization = Yes (%)    2344 (24.7)    481 (93.8) <0.001
#  Fever = Yes (%)              3314 (34.9)    335 (65.3) <0.001
#  Cough = Yes (%)              3062 (32.3)    253 (49.3) <0.001
```

ĐƯỢC RỒI! NHỮNG NGƯỜI QUEN CỦA TỚ LÀM Ở VIỆN SỨC KHỎE QUỐC GIA SẼ ĐƯA CHÚNG TA DỮ LIỆU ĐỂ KIỂM TRA MODEL VỪA XÂY DỰNG CÓ TỐT KHÔNG.

MẤY CUỘC GỌI THÔI LÀ ĐÂU VÀO ĐẤY NGAY.

PAŃSTWOWY ZAKŁAD HIGIENY
CHÀO BÍT! CHÚNG TÔI ĐÃ TÌM THẤY VÀI THỨ CHO ANH RỒI.

DỮ LIỆU
ĐANG TẢI XUỐNG
TÔI ĐÃ THẤY HAI TẬP DỮ LIỆU TRÊN MÀN HÌNH MÀ CẬU GỬI RỒI. CẢM ƠN NHÉ!
TUY NHIÊN, XIN ANH HÃY GIỮ BÍ MẬT VÀ NHỚ VIỆC NÀY LÀ KHÔNG CHÍNH THỨC, CHỈ CÓ TÔI VÀ ANH BIẾT THÔI.

TỚ ĐÃ CÓ BỆNH ÁN CỦA 10 000 BỆNH NHÂN DƯƠNG TÍNH COVID-19 TRONG MÙA XUÂN VÀ 10 000 TRONG MÙA HÈ NĂM 2021.
THIỆT HẢ! CẬU LÀM TỐT LẮM BÍT!
CẬU CÓ BIẾT LÀM CÁCH NÀO NGƯỜI TA THU THẬP ĐƯỢC NHỮNG DỮ LIỆU NHƯ THẾ KHÔNG? QUY TRÌNH KHÁ CHI LÀ PHỨC TẠP VÀ DÀI NGOẰNG GỒM NHIỀU BƯỚC.
Ông Steve có tiền sử bệnh đau đầu...
....TÔI CÒN BỊ HO NỮA.
XIN ÔNG VUI LÒNG XÉT NGHIỆM SÀNG LỌC COVID-19.
Ồ...
Không may, kết quả dương tính.
Trong phòng thí nghiệm
CHÀO BÁC SĨ, CUỘC GỌI TỪ CỤC VỆ SINH DỊCH TỄ TRUNG ƯƠNG, VÌ ÔNG STEVE DƯƠNG TÍNH VỚI COVID-19 NÊN CHÚNG TÔI CẦN HỎI MỘT SỐ CÂU HỎI ĐỂ GHI NHẬN CÂU TRẢ LỜI VÀO HỆ THỐNG CƠ SỞ DỮ LIỆU.
COVID-19
COVID-19 TEST
DƯƠNG TÍNH
GIỚI TÍNH: NAM
ĐỘ TUỔI: 40
BỆNH NỀN: KHÔNG.
CƠ SỞ DỮ LIỆU

Một trong những nguyên tắc quan trọng khi xây dựng model dự đoán đó là: Đừng thao túng kết quả dự đoán!. Ví dụ, để dự đoán khả năng nhập viện, chúng ta không thể dùng thông tin về số ngày nằm bệnh viện của bệnh nhân để dự đoán; việc làm như vậy giống việc bạn dự báo thời tiết của ngày hôm qua. Cũng như vậy, nếu để dự đoán khả năng tử vong của một cá nhân khi nhiễm Sar-Cov-2, thông tin về tình trạng nhập viện "Hospitalization", biểu hiện ho "Cough", sốt "Fever"cũng không nên dùng để xây dựng model dự đoán. Vì sao, bởi vì đối với một người khỏe mạnh chưa bị nhiễm, chúng ta không hề có những thông tin này. Và để xếp thứ tự ưu tiên cho các đặc vụ tiêm vaccine, các thông tin này hầu như không thể có.

Ở những dòng code dưới, chúng ta sẽ chỉ giữ lại những thông tin thu thập được với một người hoàn toàn khỏe mạnh chưa bị Sar-Cov-2 và loại bỏ những thông tin mà nếu giữ lại sẽ thao túng dự đoán của model.

```r
selected_vars <- c("Gender", "Age", "Cardiovascular.Diseases",
    "Diabetes", "Neurological.Diseases", "Kidney.Diseases",
    "Cancer", "Death")
# use only selected variables:
covid_spring <- covid_spring[,selected_vars]
covid_summer <- covid_summer[,selected_vars]
```

Bước khám phá (exploration) và làm sạch (clean) dữ liệu thường tốn rất nhiều thời gian trong bước phân tích dữ liệu. Ở trên, chúng ta chỉ mới thực hiện bước exploration, nhưng chỉ như vậy cũng đủ để ta xác định thông tin "Age độ tuổi là một thông tin quan trọng trong model (chúng ta sẽ chứng thực ở các bước tiếp theo). Từ rất nhiều thông tin từ hồ sơ dịch tễ, chúng ta loại bỏ những biến không biết được trước khi mắc bệnh (như tình trạng nhập viện). Từ bước này, chúng ta sẽ chỉ xây dựng những models khác nhau từ những thông tin được chọn ở vector `selected_vars`.

Hiệu năng Model

Tùy thuộc vào dạng của vấn đề: classification hay regression và những giả định về kết quả dự đoán mà rất nhiều phương pháp dùng để đánh giá mức độ hiệu quả của model được sử dụng. Dưới đây là một tóm tắc giản lược nhất, nhiều thông tin hơn có thể tìm thấy ở quyển sách EMA (Explanatory Model Analysis).

Đối với lớp bài regression, khi ta dự đoán giá trị của một biến định lượng, cụ thể khi ta giả định có nhiễu Gauss (Gaussian noise), thông thường metric được dùng để đánh giá model là Mean Squared Error[12] và Rooted Mean Squared Error[13].

Đối với lớp bài binary classification, kết quả thường được tóm tắt bởi một bảng 2×2 với những khả năng có thể xảy ra: True Positive, True Negative, False Positive và False Negative. Positive ở đây nghĩa là mang thai, Negative nghĩa là không có thai. True và False nói về kết quả xét nghiệm, đúng hay sai. Bên dưới là một ví dụ bảng về biểu hiện ốm nghén đối với việc mang thai.

---

[12] Nếu $f : \mathcal{R}^p \to \mathcal{R}$ là một hàm dự đoán giá trị của y_i dựa trên thông tin của x_i, thì
$$MSE = \frac{1}{n} \sum_i^n (f(x_i) - y_i)^2$$
[13] $RMSE = \sqrt{MSE}$

Morning sickness / pregnancy	Pregnant	Not pregnant	
Has sickness	TP = 39	FP = 150	PPV = Prec = 20.6%
Has not	FN = 61	TN = 850	NPV = 93.3%
	Sensitivity = Recall = 39%	Specificity = 85%	F1 = 33.8%

Bảng 1: Liệu việc ốm nghén có phải là phép thử tốt cho việc dự đoán mang thai? Bảng được dựa trên dữ liệu từ GetTheDiagnosis `http://getthediagnosis.org/diagnosis/Pregnancy.htm`. Ví dụ, `FN = 61` nghĩa là cứ 100 người phụ nữ mang thai thì có 61 người không ốm nghén. Kết quả lý tưởng nhất nằm ở ô bên phải hàng dưới của bảng.

Dựa trên bảng 2×2 trên, những metric được dùng nhất để đo hiệu suất của model là Accuracy[14], Sensitivity[15], Specificity[16], Precision[17], Recall[18], F1 score[19], Positive Predicted Value[20] và Negative Predicted Value[21].

Lưu ý rằng đối với vấn đề đánh giá nguy cơ tử vong của Covid, chúng ta không quá tập vào việc đưa ra dự đoán kết quả có hai giá trị sống/chết, mà chúng ta hứng thú hơn với việc đưa ra chỉ số đánh giá rủi ro tử vong. Những vấn đề có cùng dạng như vậy thường được quan sát dưới dưới góc nhìn của đường cong Receiver Operating Characteristic (ROC Curve), thay vì bảng 2×2 như trên; và metric đánh giá là AUC: diện tích bên dưới đường cong ROC. Hình 6 mô tả cách xây dựng metric này.

[14] $Acc = (TP + TN)/n$
[15] $Sens = TP/(TP + FN)$
[16] $Spec = TN/(TN + FP)$
[17] $Prec = TP/(TP + FP)$
[18] $Recall = TP/(TP + FN)$
[19] $F1 = 2\frac{Prec*Recall}{Prec+Recall}$
[20] $PPV = TP/(TP + FP)$
[21] $NPV = TN/(TN + FN)$

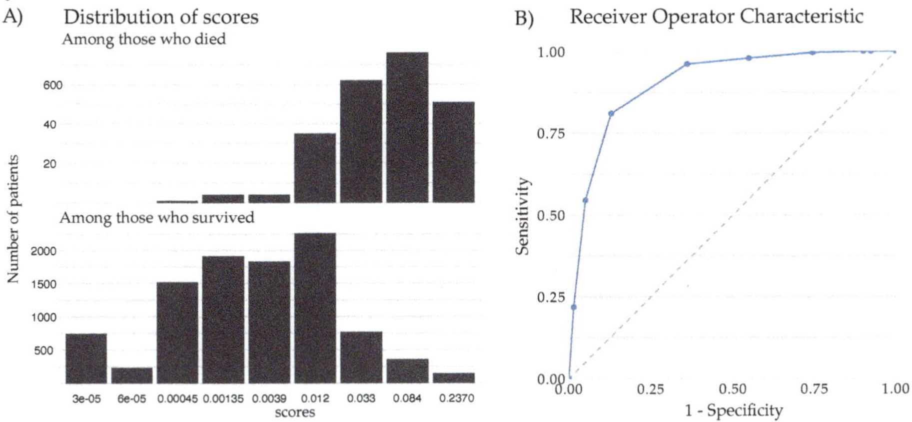

Figure 6:
Bảng A chỉ ra phân phối của số điểm từ model CDC cho tập data test, được chia ra hai nhóm. Bằng việc chọn một điểm chia thích hợp, chúng ta có thể chuyển số điểm thành một model dự đoán nhị phân. Với cách chia như vậy, Sensitivity và 1-Specificity có thể tính và vẽ trên biểu đồ. Model CDC trả về chỉ có 9 giá trị khác nhau, do đó chúng tôi đề xuất 10 cutoffs.
Bảng B chỉ ra 10 điểm liên quan đến các cutoffs. Đường cong ROC là một đường nối các điểm và AUC chính là diện tích dưới đường cong này. AUC nhận giá trị từ 0 đến 1, với 1 là giá trị tối ưu nhất và nếu hoàn toàn ngẫu nhiên phân loại tùy ý, AUC sẽ nhận giá trị 0.5

Code trong R

Có rất nhiều metrics được dùng để đánh giá mức độ hiệu quả của model dự đoán, và các metrics này thường nằm trong những thư viện khác nhau trong R (ví dụ như ROCR, measures, mlr3measures). Để đơn giản hóa, trong ví dụ này, chúng ta sẽ chỉ dùng những metrics có trong thư viện DALEX.

Đầu tiên, chúng ta cần tạo ra một explainer với thông tin cụ thể về tập validation (covid_summer) và biến mục tiêu ta muốn thực hiện dự đoán.

```r
model_cdc <-  DALEX::explain(cdc_risk,
                predict_function = function(m, x) m(x),
                data  = covid_summer,
                y     = covid_summer$Death == "Yes",
                type  = "classification",
                label = "CDC")
```

Gender	Age	Cardiovascular Diseases	Diabetes	Neurological Diseases	Kidney Diseases	Cancer	Hospitalization	Fever	Cough	Weakness	Death
Male	29	No	No	No	No	No	No	No	No	No	No
Male	50	No	No	No	No	No	No	Yes	Yes	Yes	No
Male	39	No	No	No	No	No	No	No	No	No	No
Male	40	No	No	No	No	No	No	No	No	No	No
Male	53	No	No	No	No	No	No	Yes	Yes	Yes	No
Female	36	No	No	No	No	No	No	No	No	No	No
Female	56	No	No	No	No	No	No	Yes	Yes	No	No
Male	20	No	No	No	No	No	No	No	No	No	No
Female	59	No	No	No	No	No	No	No	No	No	No
Female	24	No	No	No	No	No	No	No	No	No	No
Male	43	No	No	No	No	No	No	No	No	No	No
Male	60	No	No	No	No	No	No	No	Yes	Yes	No
Female	12	No	No	No	No	No	No	No	No	No	No
Female	55	Yes	No	No	No	No	No	Yes	Yes	Yes	No
Female	53	No	No	No	No	No	No	Yes	Yes	Yes	No
Male	46	No	No	No	No	No	No	No	No	No	No
Female	81	Yes	No	No	Yes	No	Yes	Yes	Yes	No	
Female	59	No	No	No	No	No	Yes	No	Yes	No	No
Female	51	No	No	No	No	No	Yes	No	No	No	

NHIỀU DỮ LIỆU QUÁ, NHIỀU MỐI TƯƠNG QUAN PHỨC TẠP QUÁ!

Bước khám phá model bắt đầu với việc đánh giá model tốt đến đâu. Hàm `DALEX::model_performance` tính toán và trả về kết quả trên một tập các metrics cho bài toán, ở đây là classification.

```
mp_cdc <- model_performance(model_cdc, cutoff = 0.1)
mp_cdc
# Measures for:  classification
# recall      : 0.2188841
# precision   : 0.2602041
# f1          : 0.2377622
# accuracy    : 0.9673
# auc         : 0.906654
#
# Residuals:
#       0%        10%        20%        30%        40%        50%
# -0.23700  -0.03300  -0.01200   -0.01200  -0.00390  -0.00390
#      60%        70%        80%        90%       100%
# -0.00135  -0.00135  -0.00045  -0.00006   0.99955
```

Lưu ý: Model được đánh giá dựa trên tập dữ liệu được đưa vào explainer. Sử dụng hàm `DALEX::update_data()` để đưa vào một tập dữ liệu khác, ví dụ: tập train `covid_spring`.

```
model_cdc <-  update_data(model_cdc,
                  data  = covid_spring,
                  y     = covid_spring == "Yes")
```

Lưu ý: explainer tự xác định model được train cho bài toán classification hay regression, do đó các metric tương ứng cho từng dạng bài sẽ được chọn. Tuy nhiên, người dùng cũng có thể chú thích cho tham số type nếu muốn.

Hàm `plot` là một đối tượng S3 trong R, do đó có thể dựng các biểu đồ tương ứng để tổng kết lại hiệu năng model. Với tham số `geom`, người dùng có thể quyết định dạng của biểu đồ.

```
# ROC Curve, xem Figure 6
plot(mp_cdc, geom = "roc")
# LIFT Curve, xem Figure 7
plot(mp_cdc, geom = "lift")
```

Xây dựng decision tree

Có hàng trăm phương pháp khác nhau để train ML models dành cho những nhà khoa học dữ liệu. Một trong những phương pháp cổ truyền và phổ biến nhất là những thuật toán dựa trên cây dự đoán (tree-based algorithms) mà lần đầu tiên được giới thiệu trong quyển sách Classification And Regression Trees[22] và thường được gọi là CART.

Miêu tả chung của những thuật toán trong lớp tree-based algorithms này:

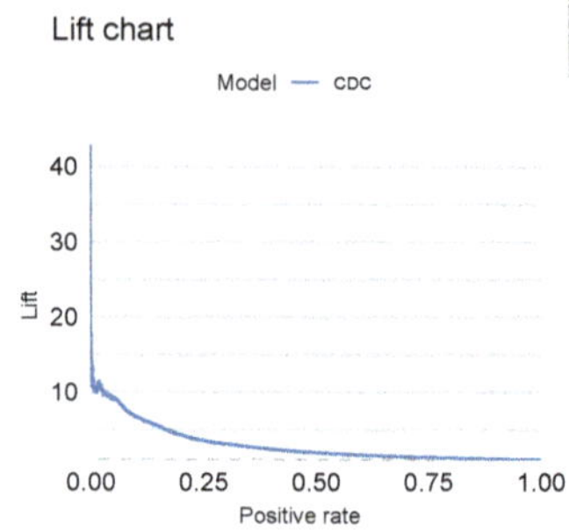

Figure 7: Đường cong LIFT, một trong rất nhiều dạng biểu đồ thống kê được dùng để đánh giá chất lượng của model, thường được bắt gặp trong việc đánh giá rủi ro tín dụng. Trục Ox biểu diễn phân số của các khoản tín dụng chuyển nhượng và trục OY thể hiện tỉ lệ giữa Sensitivity của model cần test và Sensitivity của một model bất kì.

[22] L. Breiman, J. H. Friedman, R. A. Olshen, and C. J. Stone. Classification and Regression Trees. Wadsworth and Brooks, Monterey, CA, 1984

1. Bắt đầu với nút đầu tiên (gốc) với tập dữ liệu hoàn chỉnh.
2. Với nút đang có, tìm một điều kiện để chia dữ liệu cho nút này. Để thực hiện, ta sẽ xem xét mọi biến (trường thông tin) có thể, và với mỗi biến, ta sẽ xem xét mọi ngưỡng đưa ra quyết định có thể (với continuous variable) hoặc một tập hợp của các phân loại (với categorical variable). Chúng ta chọn cách chia làm thế nào để độ tách biệt giữa hai tập được chia là nhiều nhất (xem ví dụ dưới).
3. Kiểm tra điều kiện dừng, có thể là thông tin tối thiểu thu được sau khi chia mỗi nút hoặc là độ sâu của decision tree. Nếu điều kiện dừng được thỏa mãn, ta hiển nhiên sẽ dừng. Nếu không, ta sẽ phân nút hiện tại thành hai nút con và thực hiện lại bước 2 cho mỗi nút con tương tự.

Có hai sự lựa chọn quan trọng ở đây. Đầu tiên là vấn đề cách định nghĩa độ tách biệt (measure of separation). Chúng ta sẽ minh họa vấn đề này bằng cách chọn biến Age để thực hiện phép chia dữ liệu ra. Trên thực tế, chúng ta thường xét bốn nhóm tuổi.

Age group / Status	$\leqslant 30$	31-50	51-70	> 70	Total
Survived	2250	3716	2760	729	9487
Died	6	17	153	337	513
Total	2256	3733	2913	1066	10000

Bảng 2: Số lượng bệnh nhân sống sót hoặc tử vong sau khi nhiễm bệnh. Dữ liệu được chia ra thành bốn nhóm tuổi khác nhau. Được tính toán cho tập dữ liệu `covid_spring`.

Chúng ta xem xét ba ngưỡng chia 30, 50 và 70. Với mỗi ngưỡng chia, ta tính toán xác suất tử vong và sống sót của nhóm phân loại đó. Tiếp đó, chúng ta tính purity[23] của mỗi nút ứng với từng ngưỡng chia. Trong ví dụ bên dưới, giá trị Gini được sử dụng, tuy nhiên entropy hoặc một số phép kiểm định giả thuyết thống kê cũng thường được sử dụng. Purity cuối cùng của một phép chia dữ liệu được định nghĩa như là trọng số của purity của nút đó bằng cách xem xét số lượng những quan sát tại mỗi nút. Giá trị này càng nhỏ càng tốt. Từ bảng tính toán bên dưới,ta có được purity tốt nhất cho ngưỡng chia là 70 (tuổi).

[23] Với một biến categorical ngẫu nhiên với xác suất p_c cho loại c entropy được định nghĩa:
$H = -\sum_c p_c \log_2 p_c,$
với giá trị Gini impurity
$G = 1 - \sum_c p_c^2.$
Giá trị Gini impurity cho nút gốc trong ví dụ chúng ta là 0.0973.

Possible split node$_i$	30		50		70	
	$\leqslant$	$>$	$\leqslant$	$>$	$\leqslant$	$>$
$p_{i,Died}$	0.0027	0.066	0.0038	0.123	0.0198	0.316
$p_{i,Surv}$	0.9973	0.934	0.9962	0.877	0.9802	0.684
$G_i = 1 - p_{i,Died}^2 - p_{i,Surv}^2$	0.0053	0.1228	0.00765	0.216	0.0388	0.4324
node weight w_i	0.2263	0.7737	0. 6008	0.3992	0.8931	0.1070
$w_{\leqslant} G_{\leqslant} + w_{>} G_{>}$	0.0962		0.0908		0.0809	

Bảng 3: Chúng ta cùng xem xét 3 ngưỡng chia cho biến Age, sau đó từng bước tính toán xác suất của mỗi lớp, purity của mỗi nút và weighted purity của phép chia dữ liệu. Ngưỡng chia tốt nhất cho Age là 70 vì giá trị impurity nhỏ nhất. Các giá trị định nghĩa số lượng quan sát trong mỗi nút rất quan trọng trong ví dụ này.

Sự lựa chọn quan trọng thứ hai khi train một mô hình cây là việc chọn điều kiện dừng. Mỗi phép chia làm tăng purity của những nút sau đó, do đó nếu cây càng sâu thì purity của mỗi lá sẽ càng cao. Do đó, những cái cây lớn hơn (sâu hơn) sẽ rút ra được nhiều mối quan hệ hơn trong tập dữ liệu, mặc dù có một vài quan hệ chỉ là trùng hợp ngẫu nhiên và không mang giá trị dự đoán được với tập dữ liệu mới (hiện tượng này gọi là over-fitting).

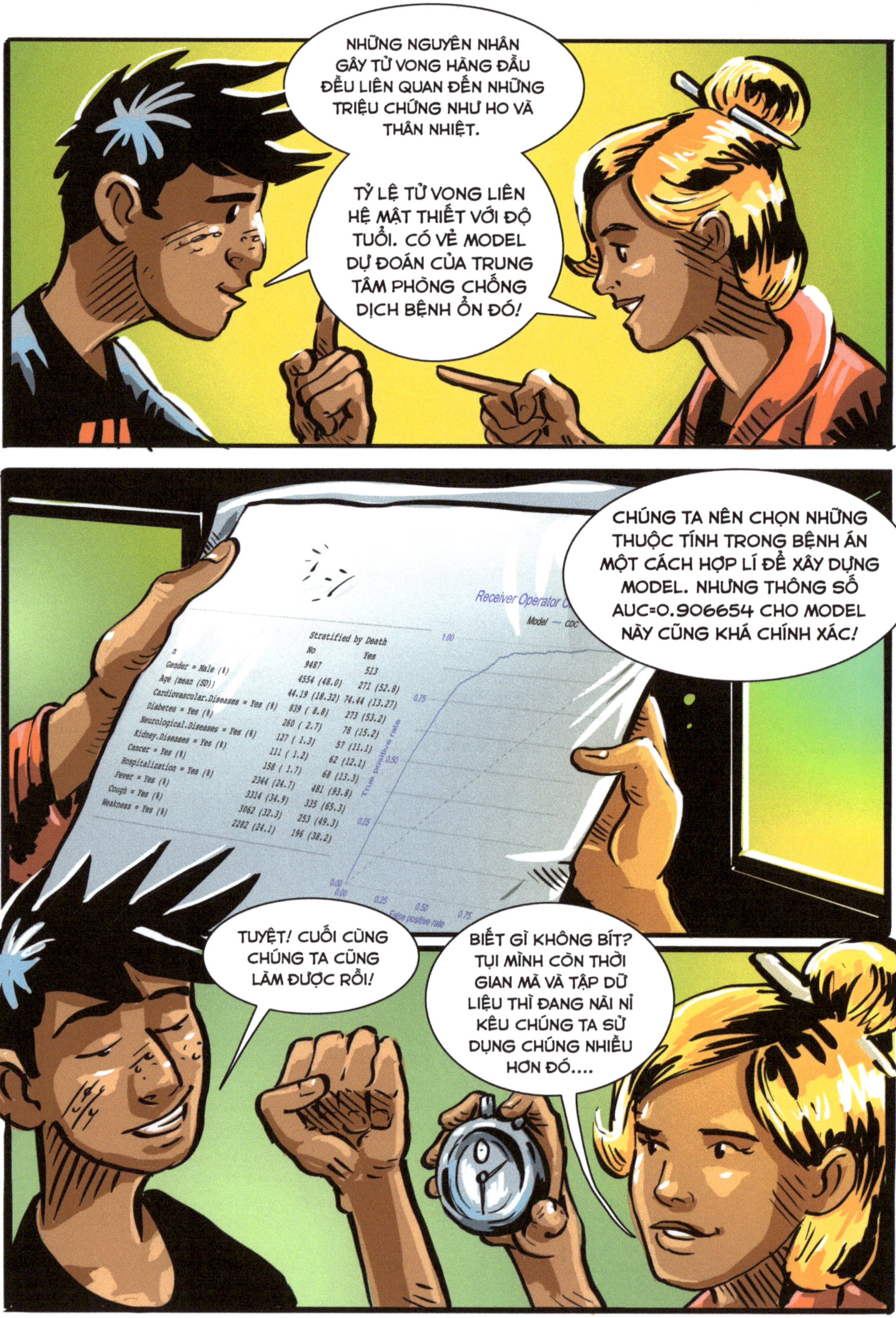

	Stratified by Death	
n	No	Yes
	9487	513
Gender = Male (%)	4554 (48.0)	271 (52.8)
Age (mean (SD))	44.19 (18.32)	74.44 (13.27)
Cardiovascular.Diseases = Yes (%)	839 (8.8)	273 (53.2)
Diabetes = Yes (%)	260 (2.7)	78 (15.2)
Neurological.Diseases = Yes (%)	127 (1.3)	57 (11.1)
Kidney.Diseases = Yes (%)	111 (1.2)	62 (12.1)
Cancer = Yes (%)	158 (1.7)	68 (13.3)
Hospitalization = Yes (%)	2344 (24.7)	481 (93.8)
Fever = Yes (%)	3314 (34.9)	335 (65.3)
Cough = Yes (%)	3062 (32.3)	253 (49.3)
Weakness = Yes (%)	2282 (24.1)	196 (38.2)

ỪNHỈ! HAY ĐI RA NGOÀI HÍT THỞ CHÚT ĐI. BIẾT ĐÂU TỤI MÌNH NẢY RA CÁI GÌ ĐÓ NỮA.
ĐƯỢC, TỚ CÓ Ý TƯỞNG NÀY.

CẬU ĐÃ BAO GIỜ NGHE VỀ KỸ THUẬT DỰ ĐOÁN TÊN LÀ LÝ THUYẾT CÂY QUYẾT ĐỊNH CHƯA?
CHƯA. NÓ CÒN TỐT HƠN MẪU CỦA TRUNG TÂM PHÒNG CHỐNG DỊCH BỆNH ĐƯỢC HẢ?
TỤI MÌNH CÒN THỜI GIAN VÀ DỮ LIỆU. KHÔNG MỘT NHÀ KHOA HỌC ĐÁNG NGƯỠNG MỘ NÀO TỪ CHỐI ĐI CƠ HỘI ĐỂ CẢI THIỆN MÔ HÌNH DỰ ĐOÁN ĐÂU.

MÀ TỚ CÒN THẤY CỰC KÌ BẤT NGỜ KHI MÔ HÌNH CÂY QUYẾT ĐỊNH MỌC XUỐNG DƯỚI ĐẤY, NGƯỢC VỚI NHỮNG CÂY NGOÀI TỰ NHIÊN LÀ MỌC LÊN TRÊN.
THẤY KHÔNG, VẪN CÒN CHẶNG ĐƯỜNG DÀI ĐỂ KẾT THÚC QUÁ TRÌNH CẢI TIẾN ĐÓ!

Code trong R

Có rất nhiều thư viện trong R được dùng để train decision trees. Những dòng code dưới được dựa trên thư viện `partykit`[24] bởi vì nó hoạt động được với các model regression, classification hoặc survival models và thư viện này cũng cho ra những kết luận thống kê tốt cùng với minh họa decision trees rõ ràng.

Để train một cây, ta sử dụng hàm `ctree`. Tham số đầu tiên là một công thức mô tả biến nào là biến mục tiêu và biến nào là biến dựa vào đó để đưa ra dự đoán giá trị cho biến mục tiêu[25]. Tham số thứ hai là tập train. Tham số `control` quy định những tham số phụ như độ sâu của cây, số phần tử của nút,...

[24] Torsten Hothorn and Achim Zeileis. partykit: A modular toolkit for recursive partytioning in R. Journal of Machine Learning Research, 16:3905–3909, 2015

[25] Trong thư viện này, những statistical tests được dùng để đánh giá mức độ phân lập dữ liệu cho từng phép chia. Trong ví dụ bên dưới, alpha = 0.0001 có nghĩa là mỗi nút sẽ được tiếp tục chia cho đến khi nào p-value nhỏ hơn 0.0001 bằng χ^2 test cho mức độ độc lập.

```r
library("partykit")
tree <- ctree(Death ~., covid_spring,
              control = ctree_control(alpha = 0.0001))
# Xem Figure 8
plot(tree)
```

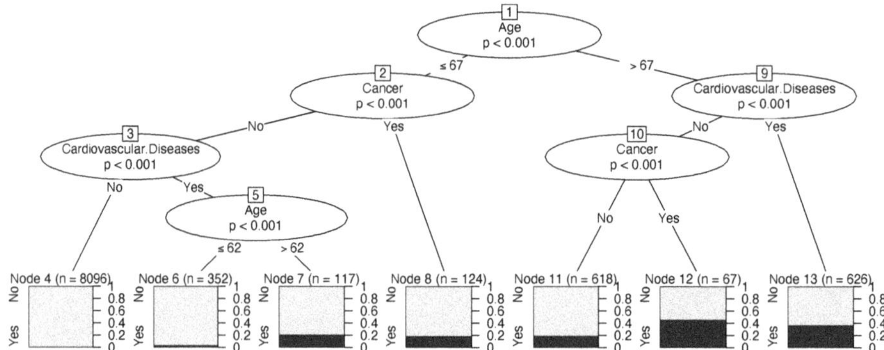

Figure 8: Phép chia đầu tiên của cây là của biến Age. Bệnh nhân được chia thành nhóm nhỏ hơn 67 tuổi (nhánh bên trái) và lớn hơn 67 tuổi (nhánh bên phải). Tương tự, ta có thể đọc được các phép chia ở các nút khác trong cây. Với những tham số được nhập, ta thu được một cây với 7 lá. Những lá này chứa thông tin về số lượng bệnh nhân được phân vào lá đó và tỉ lệ của các lớp (tử vong hay sống sót).

Hàm `explain` tạo ra một giao diện chuẩn hóa để truy vấn model. Lưu ý rằng hàm `predict_function` giờ khác với nó trong model CDC trước đó, và giờ hàm này được chỉnh sửa để dành riêng cho đối tượng của lớp `party` (đối tượng tạo ra bởi cây dự đoán). Những tham số tiếp theo cho biết tập test cho hàm explain, kiểu model và tên model (label).

```r
model_tree <- DALEX::explain(tree,
        predict_function = function(m, x)
                predict(m, x, type = "prob")[,2],
        data = covid_summer,
        y = covid_summer$Death == "Yes",
        type = "classification", label = "Tree")
```

Một khi hàm explain đã được thiết lập, chúng ta có thể kiểm tra model này tốt tới đâu. Nhìn chung có vẻ nó tốt hơn model của CDC trên cả tập train và tập validation.

```
(mp_tree <- model_performance(model_tree, cutoff = 0.1))
# Measures for:  classification
# recall     : 0.8626609
# precision  : 0.1492205
# f1         : 0.2544304
# accuracy   : 0.8822
# auc        : 0.9136169
# See Figure 9
plot(mp_tree, mp_cdc, geom="roc")
```

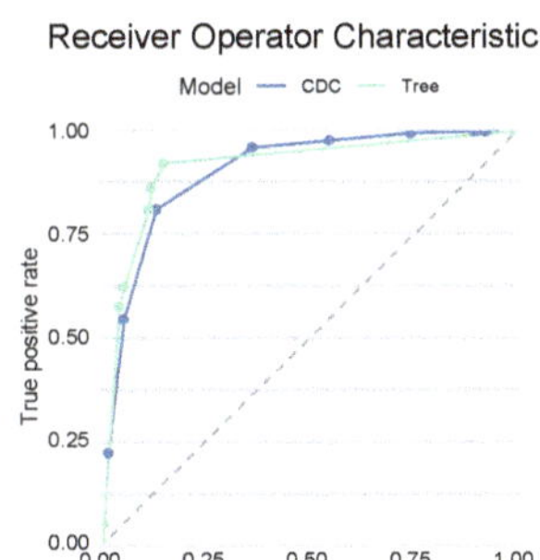

Figure 9: Đường cong ROC cho model của CDC và model decision tree. Model cây đưa ra dự đoán tốt hơn (nếu tính trên trung bình).

Xây dựng một khu từng

Mô hình decision trees có rất nhiều ưu điểm, đặc biệt về mặt giải thích được model và tính tường minh của từng bước xây dựng model. Từ quan điểm của model, những cây có độ sâu sâu thường có variance cao nhưng bias thấp (dễ dàng xảy ra hiện tượng overfitting), trong khi đó những cây có độ sâu cạn thường có variance thấp nhưng bias cao (model không dùng đến một số mối quan hệ trong tập dữ liệu). Làm cách nào để chúng ta cải thiện cả độ linh hoạt và ổn định của model đây?

Năm 2001, Leo Breiman đã đề xuất một họ mới các model, được gọi là random forests[26], các model này tổng hợp các quyết định từ một tập hợp các decision tree có độ sâu sâu được train trên mẫu boostrap của dữ liệu. Bootstrap[27] ngày nay được biết đến và sử dụng rộng rãi như một phương pháp của thống kê. Kỹ thuật này tạo ra B bản sao của dữ liệu, được gọi là các mẫu bootstrap (bootstrap samples), bằng phương pháp lấy mẫu có hoàn lại (sampling with replacement). Mỗi cây được train trên mỗi bản sao bootstrap của dữ liệu. Trong quá trình đưa ra dự đoán của cả model, kết quả dự đoán của một số cây nhất định được tổng hợp lại. Xem hình 10 10 để biết thêm chi tiết. Quá trình thực hiện như trên làm tăng tính tổng quát của model bởi nó làm giảm variance của từng cây riêng biệt trong model.

Train model random forest cần những hyperparameters cụ thể, như B - số lượng cây trong model, m - số lượng các features dùng để chia một nút, độ sâu tối đa của cây, số lượng phần tử ít nhất của mỗi nút,...

Ở phần tiếp, bạn sẽ được chọn nhiều hyperparameters hơn nữa, nhưng một điều may mắn là model random forest khá tốt và khá ổn định cả với những sự lựa chọn hyperparameters tồi. Nhờ tất cả những ưu điểm trên, random forest trở thành một kĩ thuật phổ biến và hiệu quả để xây dựng những model dự đoán.

[26] Leo Breiman. Random forests. Machine Learning, 45(1):5–32, 2001a. ISSN 0885-6125

[27] Từ bootstrap liên quan đến cách nói "pull oneself up by one's bootstraps"liên quan đến câu chuyện của Nam tước Munchausen. Cách nói này có nghĩa là việc giải quyết một vấn đề bất khả thi mà không cần sự hỗ trợ từ bên ngoài. Trong bản gốc của chuyện, ngài Nam tước đã tự thoát khỏi đầm lầy bằng chính tóc của mình. Trong trường hợp của random forests, chúng ta không có dữ liệu mới, nhưng bằng cách tạo ra các bản sao bootstrap, chúng ta có thể kiểm soát và giảm variance của model dự đoán.

VÀ ĐÂY LÀ MODEL CÂY MÀ CHÚNG TA ĐÃ XÂY DỰNG.
ĐƯỢC ĐÓ, MODEL SỬ DỤNG CẢ THÔNG TIN VỀ ĐỘ TUỔI (AGE) VÀ CÁC BỆNH NỀN (DISEASES). CHÚNG TA CHIA RA ĐƯỢC 7 NHÓM BỆNH NHÂN VỚI TỪNG NGUY CƠ TỬ VONG KHÁC NHAU.
PRINTING
Cardiovascular Diseases
p < 0.001
Cancer
p < 0.001
Age
p < 0.001
Age
p < 0.001
Cancer
p < 0.001
Cardiovascular Diseases
p < 0.001
No
Yes
No
Yes
≤ 67
> 67
≤ 62
> 62
No
Yes
No
Yes
KẾT QUẢ CỦA DECISION TREE DỰA TRÊN DỮ LIỆU CỦA VIỆN SỨC KHỎE QUỐC GIA TỐT HƠN HẲN.
THÔNG SỐ AUC = 0.9136169 TỐT HƠN MODEL THỐNG KÊ CỦA TRUNG TÂM PHÒNG CHỐNG BỆNH DỊCH.
Receiver Operator Characteristic
Model
CDC
Tree
True positive rate
False positive rate
1.00
0.75
0.50
0.25
0.00
THẤY CHƯA, CHÚNG TA HOÀN THÀNH RỒI. CÒN TỚI 1 TIẾNG ĐỒNG HỒ NỮA.

ĐỢI ĐÃ, CHÚNG TA ĐÃ XÂY DỰNG MỘT MODEL TỐT HƠN. NHƯNG LIỆU, CÓ CÒN TỐT HƠN ĐƯỢC NỮA KHÔNG?
LEO BREIMAN - MỘT NHÀ THỐNG KÊ TRỨ DANH Ở ĐẠI HỌC CALIFORNIA (1928-2005)
GẦN ĐÂY, TỚ CÓ ĐỌC VỀ RANDOM FOREST, MỘT KỸ THUẬT ẢO DIỆU ĐỂ PHÂN TÍCH DỮ LIỆU, ĐƯỢC PHÁT TRIỂN BỞI GIÁO SƯ LEO BREIMAN.
KỸ THUẬT NÀY CÓ THỂ KẾT HỢP HÀNG TRĂM DECISION TREES ĐỂ TẠO HÀNH MỘT SIÊU MODEL - MỘT RANDOM FOREST.
BÂY GIỜ, ĐỪNG CHỈ CHÚ Ý ĐẾN MỘT CÂY TRONG MÔ HÌNH NÀY, MÀ HÃY NHÌN XEM CẢ MỘT KHU RỪNG PHÍA TRƯỚC. VẪN CÒN THỜI GIAN, CẬU CÓ MUỐN THỬ KỸ THUẬT NÀY KHÔNG BÍT?

Figure 10: Những bước quan trọng là: tạo ra một tập boostrap gồm B bản sao của tập dữ liệu ban đầu bằng cách chọn các tập các dòng trong tập dữ liệu ban đầu (có thể lặp lại). Các cây được train nhờ dữ liệu từ mỗi boostrap với độ sâu sâu. Để tăng tính đa dạng giữa những cây trong model, quá trình chọn để chia nút được thay đổi để chỉ có một tập con của m features được chọn để chia một nút. Trong quá trình dự đoán, kết quả từng những cây trong model này được tổng hợp lại. Những mẫu boostrap có những tập con out-of-bag, ví dụ như những observations không được chọn trong quá trình sampling có thể được dùng sau này để đánh giá độ hiệu quả của model. Thông tin chi tiết về model random forest có thể tìm thấy ở: `https://tinyurl.com/RF2001`.

[28] Andy Liaw and Matthew Wiener. Classification and Regression by randomForest. R News, 2(3):18–22, 2002

[29] Marvin N. Wright and Andreas Ziegler. ranger: A fast implementation of random forests for high dimensional data in C++ and R. Journal of Statistical Software, 77 (1):1–17, 2017

[30] Michel Lang, Martin Binder, Jakob Richter, Patrick Schratz, Florian Pfisterer, Stefan Coors, Quay Au, Giuseppe Casalicchio, Lars Kotthoff, and Bernd Bischl. mlr3: A modern object-oriented machine learning framework in R. Journal of Open Source Software, 2019. doi: 10.21105/joss.01903

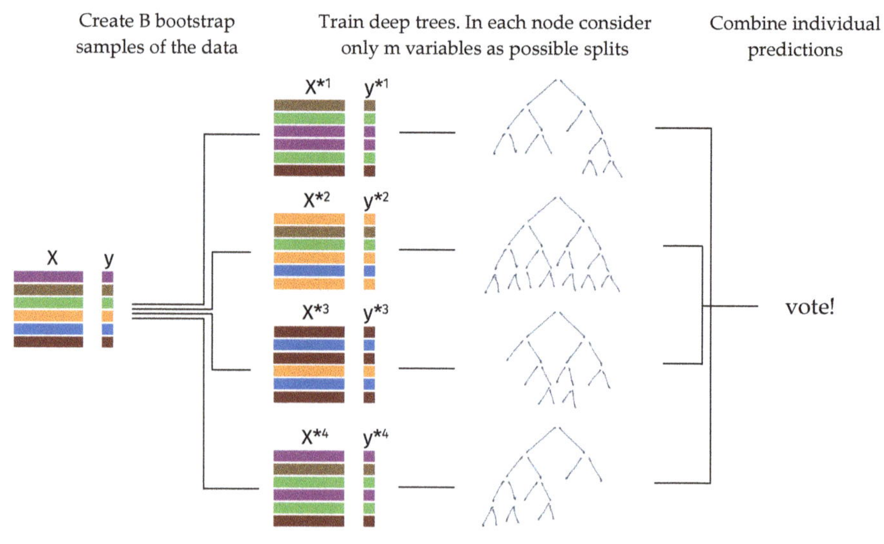

Code trong R

Hai thư viện phổ biến nhất dùng để train model random forest trong R là `randomForest`[28] và `ranger`[29]. Cả hai thư viện hiệu quả, các tham số được mô tả đầy đủ và rất dễ sử dụng. Tuy nhiên, ở đây, chúng ta sẽ sử dụng công cụ `mlr3` để train model. Cách tiếp cận này thoạt nhìn khá phức tạp và hơi trừu tượng hơn cách làm trực tiếp, tuy nhiên có rất nhiều sự hữu ích liên quan đến các hyperparameters trong phần tiếp theo.

Việc train một model với `mlr3`[30] bao gồm ba bước:

1. Định nghĩa bài toán dự đoán, một đối tượng sẽ lưu giữ thông tin của tập dữ liệu train và mục tiêu cần dự đoán (feature cần được dự đoán).

```r
library("mlr3")
(covid_task <- TaskClassif$new(id = "covid_spring",
        backend = covid_spring,
        target = "Death",  positive = "Yes"))
# <TaskClassif:covid_spring> (10000 x 8)
# * Target: Death
# * Properties: twoclass
# * Features (7):
#   - fct (6): Cancer, Cardiovascular.Diseases, Diabetes,
#     Gender, Kidney.Diseases, Neurological.Diseases
#   - int (1): Age
```

2. Chọn một họ các models có tiềm năng thích hợp cho bài toán. Có rất nhiều models để chọn, bạn có thể đọc thêm trong mô tả. Đặt `"classif.ranger"` cho các models thuộc họ random forests.

```r
library("mlr3learners")
library("ranger")
covid_ranger <- lrn("classif.ranger", predict_type="prob",
                num.trees=25)
```

3. Train model với hàm `train()`. Thư viện `mlr3` trả về đối tượng lớp R6, do đó hàm `train()` sẽ thay đổi đối tượng này.

```
covid_ranger$train(covid_task)
```

Model được train giờ có thể được thay đổi để trở thành một explainer trong thư viện `DALEX`. Lưu ý hàm `predict_function` trong đối tượng explainer có sự khác biệt, `DALEX` sẽ tự động dự đoán hàm gì sẽ được dùng trong `predict_function`, tuy nhiên, khi chúng ta xác định rõ những tham số trong hàm explain, những sự nhầm lẫn sẽ được giảm thiểu đến mức tối đa.

```
model_ranger <- explain(covid_ranger,
        predict_function = function(m,x)
            predict(m, x, predict_type = "prob")[,1],
        data = covid_summer,
        y = covid_summer$Death == "Yes",
        type = "classification", label = "Ranger")
```

Chúng ta giờ có thể so sánh model nào tốt nhất. Đúng như dự đoán, model random forest cho metric AUC cao hơn một model decision tree riêng lẻ.

```
(mp_ranger <- model_performance(model_ranger))
# Measures for:  classification
# recall      : 0.04291845
# precision   : 0.4347826
# f1          : 0.078125
# accuracy    : 0.9764
# auc         : 0.9425837
# See Figure 11
plot(mp_ranger, mp_tree, mp_cdc, geom= "roc")
```


Figure 11: Đường cong ROC cho models CDC, tree và ranger.

Tối ưu Hyperparameter

Những model Machine Learning thường có rất nhiều hyperparameters để kiểm soát quá trình train model. Đối với một số họ của models, ví dụ như Support Vector Machine (SVM) hoặc Gradient Boosting Machines (GBM), sự lựa chọn những hyperparameters là tối quan trọng và có sự ảnh hưởng rất lớn lên hiệu năng model cuối cùng (performance). Quá trình tìm kiếm những hyperparameters tốt được gọi là tuning.

Giản đồ chung những bước của quá trình tuning[31] được mô tả trong Hình 12. Những họ các models khác nhau sẽ có tập những hyperparameters khác nhau. Chúng ta không nhất thiết phải tối ưu toàn bộ chúng đồng thời, do đó, bước đầu tiên chính là định nghĩa không gian những hyperparameter cần tối ưu. Khi định nghĩa không gian này rồi, quá trình tuning thực ra chỉ là vòng lặp của 2 bước: (1) chọn một tập các hyperparameters và (2) đánh giá tập hyperparameters này có tốt không. Những bước này được lặp lại cho đến khi gặp điều kiện dừng, ví dụ như max số dòng lặp, hoặc khi model đạt được perfomance cần thiết trên một metric, hoặc khi model cải thiện một mức đáng kể.

[31] Mỗi bước được nêu sau có thể thực hiện bằng những kĩ thuật khác nhau, và những kĩ thuật khác nhau đều có thể cho ra model tốt. Chúng ta sẽ đề xuất một giản đồ như vậy với với dữ liệu dạng bảng (tabular data).

BÂY GIỜ CHÚNG TA ĐÃ CÓ MỘT MODEL RẤT PHỨC TẠP RỒI. NHỮNG DECISION TREES KHÁC NHAU SỬ DỤNG CÁC THÔNG TIN KHÁC NHAU TRONG TẬP DỮ LIỆU VÀ RẤT DỄ BỊ BAO VÂY BỞI MỘT SỐ LƯỢNG LỚN CÁC DECISION TREES NHƯ VẬY. DO VẬY, DỄ NHẤT, CHÚNG TA CÓ THỂ LẤY ĐƯỢC KẾT QUẢ DỰ ĐOÁN BẰNG CÁCH LẤY KẾT QUẢ CỦA PHẦN ĐÔNG NHỮNG CÂY CON TRONG MODEL RANDOM FOREST NÀY.
TRÊN THỰC TẾ, CHÚNG TA KHÔNG THỂ TÍNH TAY ĐỂ XÂY DỰNG MODEL RANDOM FOREST NÀY. MỘT MÁY TÍNH VỚI KHẢ NĂNG XỬ LÝ NHANH THẬT SỰ CẦN THIẾT.
BÊTA, CẬU THẤY THẾ NÀO VỀ NHỮNG KẾT QUẢ DỰ ĐOÁN TRONG MODEL RANDOM FOREST NÀY?
QUÁ ĐẸP BÍT ƠI! ĐẸP HƠN NỮA KHI CHÚNG TA THẤY KẾT QUẢ KÌA.
Receiver Operator Characteristic
Model — Ranger — CDC — Tree
True positive rate
False positive rate
AUC = 0.9425836, CAO HƠN CÁC KẾT QUẢ TRƯỚC NỮA!
VÀ CHÚNG TA ĐÃ HOÀN THÀNH TRONG CHƯA ĐẾN 1 TIẾNG!

*được hiểu như những điều kiện, quy tắc được người dùng nhập vào để từ đó xây dựng model.
TUYỆT LẮM, NHƯNG ĐỪNG VỘI. KHI NÃY, ĐỂ XÂY DỰNG MODEL RANDOM FOREST, CHÚNG TA ĐÃ NHẬP GIÁ TRỊ CỦA MỘT VÀI HYPERPARAMETERS*
CÓ KHẢ NĂNG CHÚNG TA SẼ TẠO RA MODEL TỐT HƠN, NẾU CHÚNG TA CHỌN CÁC HYPERPARAMETERS NÀY MỘT CÁCH TỐI ƯU?
CHẲNG HẠN NHƯ VỀ AUTOMATIC MODEL OPTIMIZATION. TỚ ĐÃ ĐỌC VỀ NÓ TRÊN MẠNG. BẰNG CÁCH NÀY, CHÚNG TA CÓ THỂ THỬ HÀNG NGÀN LẦN VỚI NHỮNG BỘ HYPERPARAMETERS KHÁC NHAU VÀ CHỌN BỘ CHO KẾT QUẢ TỐT NHẤT.
HIỆN GIỜ, VẪN CÒN BƯỚC TỐI ƯU HYPERPARAMETERS MÀ CHÚNG TA CHƯA THỰC HIỆN CƠ.
NHƯNG MÁY TÍNH CỦA BỌN MÌNH ĐÂU CÓ VI XỬ LÝ ĐỦ MẠNH ĐỂ THỬ XÂY DỰNG HÀNG NGÀN MODELS VỚI NHỮNG HYPERPARAMETERS KHÁC NHAU NHƯ CẬU NÓI. ÍT NHẤT, CHÚNG TA CẦN MỘT MÁY CHỦ SERVER CỰC MẠNH.
NHƯNG KHÔNG SAO. BẠN BỐ TỚ LÀ NGƯỜI CÓ QUYỀN SỞ HỮU VÀO SERVER BAMBI.

Figure 12: Giản đồ tối ưu hyperparameters được thực hiện trong thư viện mlr3tuning. Nguồn: https://mlr3book. mlr-org.com/tuning.html

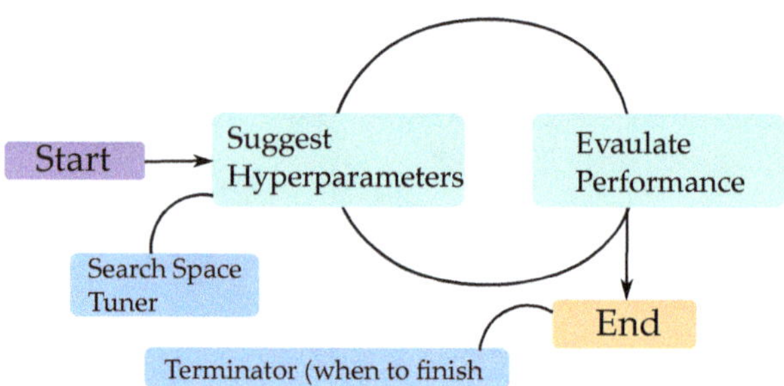

Bây giờ, chúng ta sẽ tìm hiểu rõ hơn về quá trình đánh giá độ tốt của các tập hyperparameters. Một nguyên tắc bản lề của machine learning là model phải được kiểm chứng trên dữ liệu khác với dữ liệu dùng trong quá trình training. Ngay cả khi chúng ta có dữ liệu độc lập cho quá trình training và testing cuối cùng, chúng ta cũng không được phép dùng dữ liệu test để đánh giá độ tốt của các hyperparameters. Chúng ta cần phải tạo ra tập dữ liệu nhỏ hơn từ tập dữ liệu train để đánh giá các hyperparameters, kĩ thuật thường được sử dụng là cross-validation. Ví dụ của kĩ thuật ở bên dưới.

Code trong R

Ví dụ bên dưới sử dụng thư viện mlr3. Những giải pháp thú vị khác cho quá trình tuning hyperparameter trong R còn là h2o và tidymodels.

Đầu tiên, chúng ta cần xác định không gian giá trị các hyperparameters để thực hiện tìm kiếm. Không phải tất cả các hyperparameters trong model đều cần phải tối ưu một cách tuyệt đối. Giờ, chúng ta sẽ chỉ tập trung vào bốn hyperparameters quan trọng trong model random forest.

```r
library("mlr3tuning")
library("paradox")
search_space = ps(
    num.trees = p_int(lower = 50, upper = 500),
    max.depth = p_int(lower = 1, upper = 10),
    minprop = p_dbl(lower = 0.01, upper = 0.1),
    splitrule = p_fct(levels = c("gini", "extratrees"))
)
```

Để tự động tìm kiếm giá trị tối ưu của các hyperparameters, chúng ta cần phải nhập vào[32]: (1) một procedure để đánh giá độ hiệu quả của các model được đề xuất (trong ví dụ là metric AUC được tính bởi 5-fold cross-validation), (2) cách tìm kiếm trong không gian giá trị các hyperparameters (random search), (3) điều kiện dừng (10 bộ hyperparameters được đánh giá).

```r
tuned_ranger = AutoTuner$new(
    learner      = covid_ranger,
    resampling = rsmp("cv", folds = 5),
    measure      = msr("classif.auc"),
    search_space = search_space,
    terminator = trm("evals", n_evals = 10),
    tuner        = tnr("random_search") )
```

[32] Hiển nhiên, vì Bit có máy chủ (High Performance Cluster) nên Bit có thể kiểm tra hàng trăm ngàn bộ hyperparameters khác nhau vì cả quá trình tính toán có thể thực hiện song song. Tuy nhiên trong ví dụ này, chúng ta chú trọng hơn về khả năng chạy lại được code để lặp lại kết quả đồng thời để đơn giản hóa cho đọc giả nên chúng ta chỉ thực hiện đánh giá với 10 bộ hyperparameters. Bên cạnh, với tập dữ liệu này, model random forest với các hyperparameters mặc định đã cho được model với kết quả rất tốt, do đó không có quá nhiều cải thiện được mong chờ trong bước tuning hyperparameters cho model này.

Một khi các hyperparameters tối ưu đã được chọn, giờ ta chỉ việc train model bằng hàm `train`.[33].

```
tuned_ranger$train(covid_task)
tuned_ranger$tuning_result
#     num.trees max.depth    minprop splitrule
# 1:       264         9 0.06907318      gini
#     learner_param_vals   x_domain classif.auc
# 1:            <list[4]> <list[4]>   0.9272979
```

[33] Lưu ý metric AUC bằng 0.9272979 được ghi bên dưới không được tính trên tập dữ liệu covid_summer, mà chỉ được tính từ quá trình đánh giá hyperparameters với 5-fold cross-validation. Metric AUC trên tập dữ liệu test covid_summer được ghi rõ ở cuối trang này.

Do đó, chúng ta không đảm bảo là quá trình tune hyperparameters sẽ cho ra model tốt hơn model được xây dựng từ các hyperparameters mặc định[34]. Nhưng trong ví dụ này, model được tune tốt hơn rõ rệt so với các model khác. Để thấy được tốt hơn nhiều như thế nào, chúng ta cần tạo một đối tượng của thư viện DALEX.

[34] Hơn nữa, một số model, như random forests, thường hơi khó để tối ưu hyperparameters để cho kết quả tốt hơn. Tuy nhiên, ta cứ đi để lối thành đường!

```
model_tuned <- explain(tuned_ranger,
    predict_function = function(m,x)
        m$predict_newdata(newdata = x)$prob[,1],
    data = covid_summer,
    y = covid_summer$Death == "Yes",
    type = "classification", label = "AutoTune")
```

Giờ, chúng ta có thể tính và so sánh performance/metric AUC trên tập dữ liệu validation và so sánh đường cong ROC cho những models khác nhau.

```
(mp_tuned <- model_performance(model_tuned))
# Measures for:  classification
# recall     : 0.02575107
# precision  : 0.4
# f1         : 0.0483871
# accuracy   : 0.9764
# auc        : 0.9447171
# Xem Figure 13
plot(mp_tuned, mp_ranger, mp_tree, mp_cdc, geom = "roc")
```

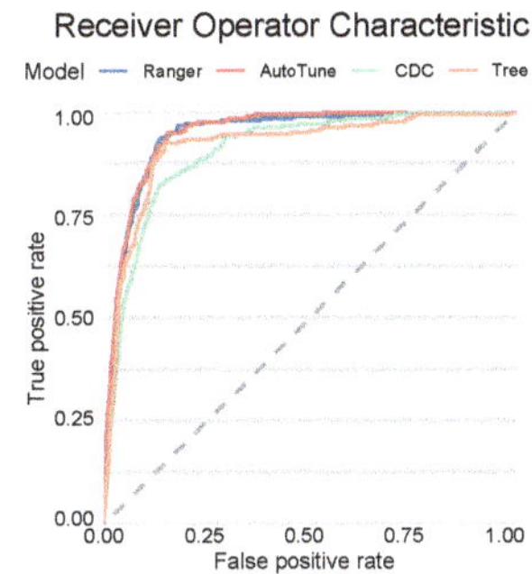

Figure 13: Đường cong ROC cho model CDC, tree, ranger model và auto tune ranger.

Chú ý về khả năng lặp lại kết quả: Khi chúng ta tính đến việc quá trình training cũng có dựa trên sự ngẫu nhiên, do đó, bạn đọc có thể có kết quả hơi khác một chút với những máy tính khác nhau, hoặc với những phiên bản khác nhau của thư viện. Kể cả khi bạn đọc chạy các dòng code hai lần lặp lại, bạn cũng có thể có những kết quả hơi khác nhau. Tuy nhiên, kết luận chung rút ra được thì đều giống nhau.

XEM NÈ BÊTA. SERVER BAMBI ĐÃ XÂY DỰNG HÀNG NGHÌN MODELS KHÁC NHAU VỚI CÁC BỘ HYPERPARAMETERS. NẾU KHÔNG CÓ BAMBI, CHẮC BỌN MÌNH PHẢI BỎ RA HÀNG HÀNG THÁNG TRỜI ĐỂ XÂY DỰNG SỐ LƯỢNG LỚN MODELS NHƯ VẬY TRÊN MÁY TÍNH THÔNG THƯỜNG.

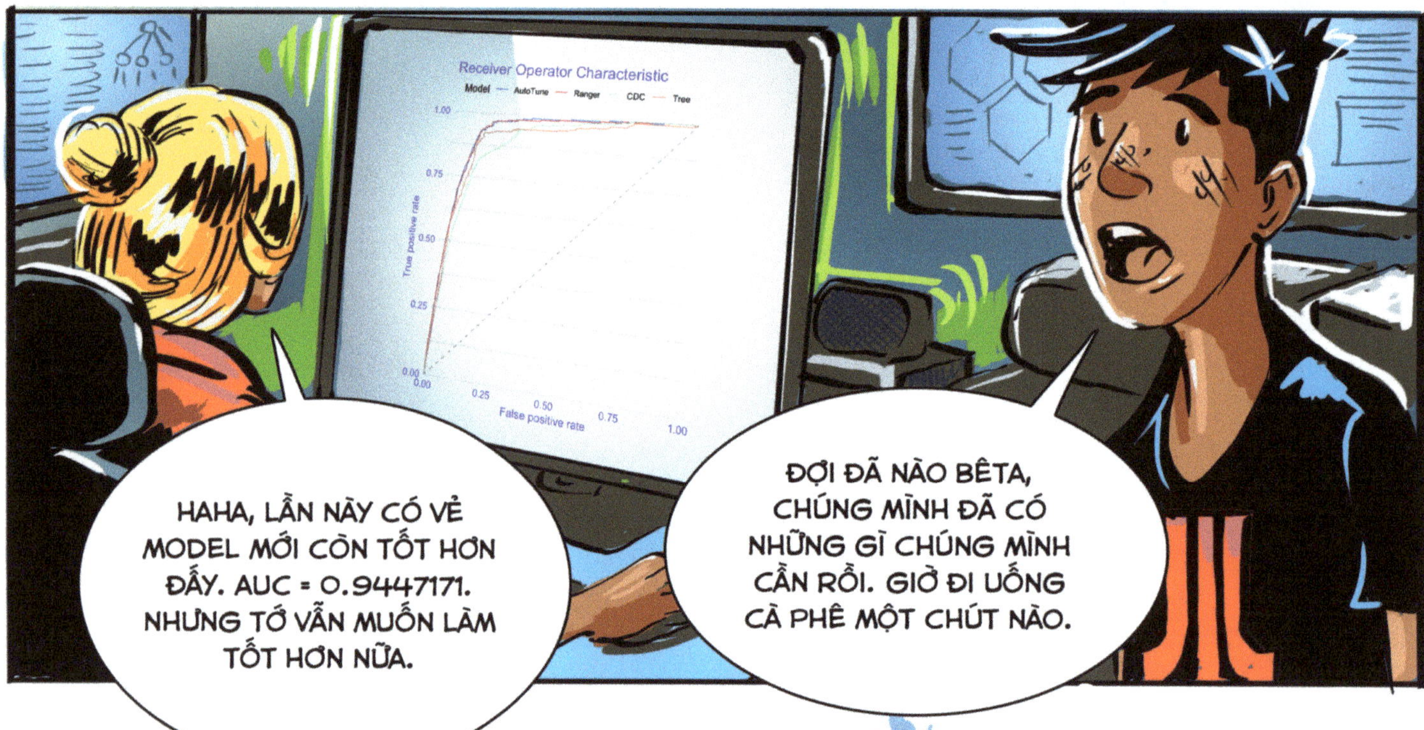

Receiver Operator Characteristic
Model — AutoTune — Ranger — CDC — Tree
True positive rate
False positive rate
HAHA, LẦN NÀY CÓ VẺ MODEL MỚI CÒN TỐT HƠN ĐẤY. AUC = 0.9447171. NHƯNG TỚ VẪN MUỐN LÀM TỐT HƠN NỮA.
ĐỢI ĐÃ NÀO BÊTA, CHÚNG MÌNH ĐÃ CÓ NHỮNG GÌ CHÚNG MÌNH CẦN RỒI. GIỜ ĐI UỐNG CÀ PHÊ MỘT CHÚT NÀO.

CHÚNG MÌNH ĐÃ TRẢI QUA 4 LẦN THAY ĐỔI VÀ TẠO RA TỪNG BƯỚC NHỮNG MODEL TỐT HƠN. MODEL HIỆN TẠI KHÁ TỐT RỒI, VÀ SỰ THẬT LÀ THỜI GIAN CÒN LẠI KHÁ ÍT.
TỚ NĂN NỈ CẬU ĐÓ, KẾT LUẬN ĐI BÊTA.
BÁO CÁO, NHIỆM VỤ KHẨN KẾT THÚC! TỤI MÌNH ĐÃ HOÀN THÀNH!

NHƯNG, CHÚNG TA KHÔNG THỂ TỰ TIN KHUYẾN KHÍCH MỌI NGƯỜI SỬ DỤNG MODEL NÀY NẾU CHÚNG TA KHÔNG BIẾT THỰC SỰ NÓ HOẠT ĐỘNG NHƯ THẾ NÀO.
MODEL KHÁ TỐT RỒI. CÒN BƯỚC NÀO NỮA ĐÂU BÊTA?
CÂU CHUYỆN CHÚNG MÌNH LÀM LÀ TÍNH MẠNG CON NGƯỜI ĐÓ BÍT. TỤI MÌNH PHẢI KIỂM TRA ĐI KIỂM TRA LẠI MODEL NÀY THẬT KỸ LƯỠNG.
..GIẢI THÍCH...
...GIẢI THÍCH...
...GIẢI THÍCH...
Ồ, XIN CHÀO DALEX!
TỚ NGHE NÓI CẬU VỪA ĐƯỢC BÍT NÂNG CẤP MẠCH HẢ? TỚ TIN CẬU SẼ GIÚP ĐƯỢC BỌN TỚ GIẢI THÍCH CẶN KẼ CÁC NGÓC NGÁCH TRONG MODEL DỰ ĐOÁN.
BỌN TỚ CẦN PHÂN TÍCH TOÀN DIỆN CÁC MODEL VỪA ĐƯỢC TẠO RA. CÁC BIẾN ĐƯỢC ĐƯA VÀO MODEL QUAN TRỌNG NHƯ THẾ NÀO, CÁC CÂU HỎI TƯƠNG TỰ NỮA. DALEX, BỌN TỚ CẦN CẬU.

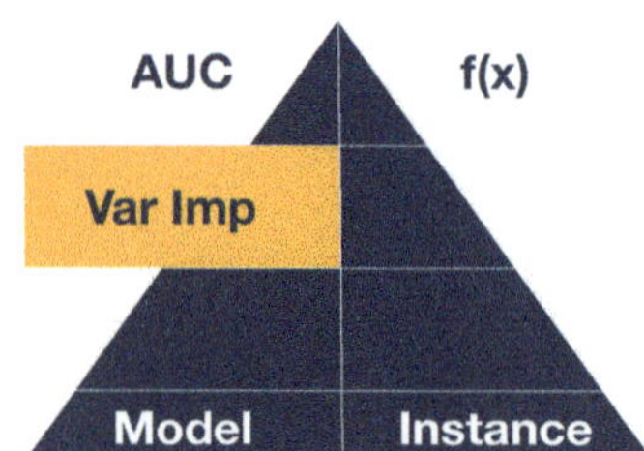

Kim tự tháp XAI mô tả những mối liên hệ giữa những kĩ thuật của explanatory model analysis. Càng xuống gần đáy, chúng ta càng có nhiều góc nhìn chi tiết hơn về model.

[35] The permutational variable importance được mô tả chi tiết trong Chapter 16 của quyển Explanatory Model Analysis https://ema.drwhy.ai/featureImportance.html

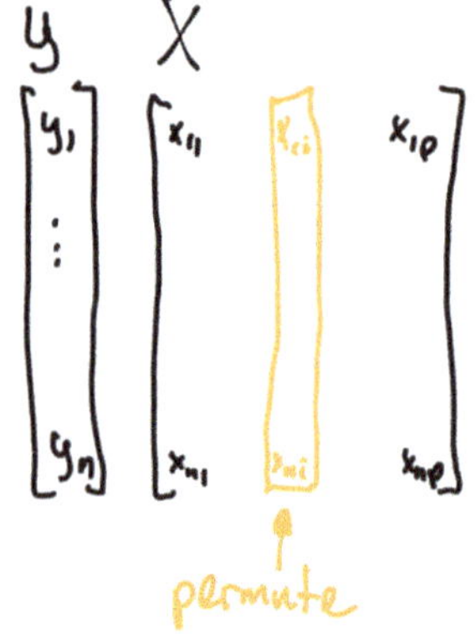

Figure 14: Sự xáo trộn của các variables vẫn giữ được marginal distribution, tuy nhiên, đã phá bỏ được sự phụ thuộc của variable đó trên target.

Độ quan trọng của các biến

Khi chúng ta khảo sát model nhiều chiều, một trong những câu hỏi xuất hiện đầu tiên là: Những variables nào là quan trọng? Những features hoặc nhóm các features nào ảnh hưởng đáng kể vào hiệu năng của model?

Một số models đã có sẵn những kĩ thuật đi kèm để đánh giá mức độ quan trọng của variable. Ví dụ, trong model tuyến tính, chúng ta có thể dùng các hệ số của model đã được chuẩn hóa hoặc p-values. Trong model random forest, ta có thể dùng out-of-bag classification error. Cho những model tree boosting, ta dùng chỉ số information gain statistics. Tuy nhiên, vấn đề đặt ra với những kĩ thuật phân tích đặc hiệu cho những model như vậy là chúng ta không thể so sánh giữa những model khác cấu trúc.

Vì lý do trên và một vài lý do khác nữa, mà chúng tôi đề xuất sử dụng model agnostic techniques (phân tích model tổng quát), chẳng hạn như permutational importance of variables[35].

Quy trình được dựa trên sự xáo trộn (perturbation) của variable được chọn hoặc một nhóm các variables. Nói một cách trực quan, nếu một variable được xem là quan trọng, thì sau quá trình xáo trộn các giá trị trong variable đó, mức độ chính xác của các dự đoán của model sẽ bị giảm đáng kể.

Phương pháp tính mức độ quan trọng của một variable bằng sự xáo trộn của variable i dựa trên hiệu số (hoặc tỉ số) giữa model performance tính trên dữ liệu gốc và model performance tính trên dữ liệu có các biến đã bị xáo trộn. Một cách chính thức:

$$VI(i) = L(f, X^{perm(i)}, y) - L(f, X, y),$$

trong đó $L(f, X, y)$ là giá trị của loss function hoặc là performance measure cho tập dữ liệu X, các giá trị đúng y và model f, trong đó $X^{perm(i)}$ là tập dữ liệu x với biến i đã được xáo trộn.

Lưu ý rằng sự quan trọng của các biến định nghĩa bằng cách này có lợi ích là chúng ta không cần phải train lại model.

Chúng ta nên chọn metric nào để đánh giá hiệu suất của model? Tùy thuộc vì chúng ta có rất nhiều lựa chọn . Trong thư viện DALEX, mặc định, RMSE được dùng cho bài toán regression và 1-AUC được dùng cho bài toán classification. Nhưng chúng ta có thể thay đổi loss function bằng cách dùng argument `loss_function`.

Code trong R

Chúng ta sử dụng hàm `model_parts` từ thư viện DALEX để tính mức độ quan trọng của các variables. Tham số duy nhất cần nhập là model sẽ được phân tích. Với những các tham số phụ, chúng ta có thể thiết lập cách tính độ quan trọng của các variables, tính bằng hiệu số hay tỉ số hoặc có chuẩn hóa các giá trị trong variable đó hay không. Dòng cuối cùng `_baseline_` của bảng giá trị trả về bên dưới tương ứng với hiệu số của loss function của model tính trên dữ liệu mà tất cả các biến đều bị xáo trộn.

```
mpart_ranger <- model_parts(model_ranger, type="difference")
#                     variable mean_dropout_loss  label
# 1               _full_model_      0.0000000000 Ranger
# 2       Neurological.Diseases    0.0006254491 Ranger
# 3                     Gender      0.0030246808 Ranger
# 4               Kidney.Diseases   0.0048972639 Ranger
# 5                     Cancer      0.0061278070 Ranger
# 6                    Diabetes     0.0076210243 Ranger
# 7       Cardiovascular.Diseases   0.0207565006 Ranger
# 8                        Age      0.1580579207 Ranger
# 9                 _baseline_      0.4203818555 Ranger
```

Kĩ thuật này khá tiện lợi khi chúng ta muốn so sánh sự quan trọng của
các variables trong các models khác nhau. Trong ví dụ của chúng ta,
hàm plot xử lí các models được nhập vào.

```
mpart_cdc    <- model_parts(model_cdc)
mpart_tree   <- model_parts(model_tree)
mpart_ranger <- model_parts(model_ranger)
mpart_tuned  <- model_parts(model_tuned)
plot(mpart_cdc, mpart_tree, mpart_ranger, mpart_tuned)
```

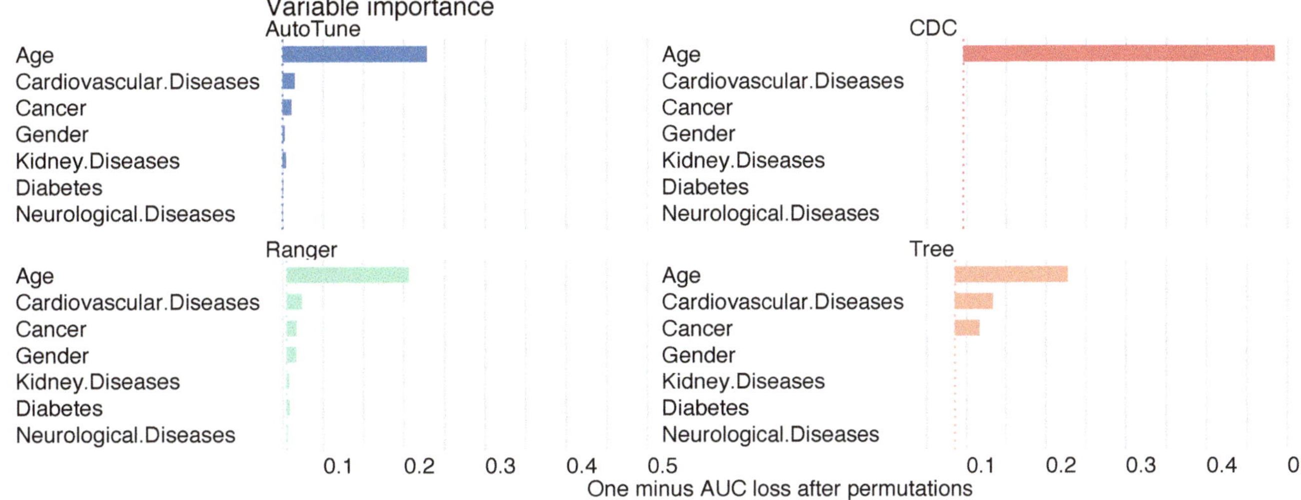

Thông tin thêm

Kĩ thuật xáo trộn này được dùng để phân tích mức độ quan trọng của
các nhóm những biến. Chỉ cần dùng thông số variable_groups.
Việc nhóm các biến lại với nhau đôi khi rất hữu ích nếu chúng ta có số
lượng quá nhiều các biến và có những nhóm chứa các biến cùng mô tả
một thứ. Trong trường hợp model này, chúng ta có thể nhóm tất cả các
bệnh thành một nhóm.

Với những biến có hệ số tương quan cao, một kĩ thuật rất thú vị trong
model exploration là triplot. triplot tổng hợp lại tất cả những
cấu trúc có độ tương quan cao và mức độ quan trọng của từng nhóm
chứa những biến qua một sơ đồ cây. Tuy nhiên, cần phải thật cẩn thận
khi xử lí các biến có mức độ tương quan cao khi chúng ta thực hiện
bước variable important analysis.

Figure 15: Sự quan trọng của các variables có thể được so sánh giữa những models khác nhau, và bảng so sánh trên thường là một nguồn thông tin rất hữu ích. Trong bảng so sánh trên, mỗi thanh ngang bắt đầu tại 1-AUC cho model trên tập dữ liệu gốc và kết thúc tại 1-AUC trung bình (1-average AUC) được tính trên dữ liệu với biến có các giá trị bị xáo trộn.

Với model CDC, biến quan trọng duy nhất là Age. Với tree model, ba biến quan trọng là Age, Cancer và Cardiovascular diseases. Đây là một quan sát hợp lý với Figure 8. Với model ranger và model sau khi được tối ưu các hyperparameters, có nhiều biến hơn nữa được cho là quan trọng. Tuy nhiên, không thể bàn cãi Age chính là biến quan trọng nhất trong tất cả các models, khá tương đồng với kiến thức chúng ta được biết qua báo chí.

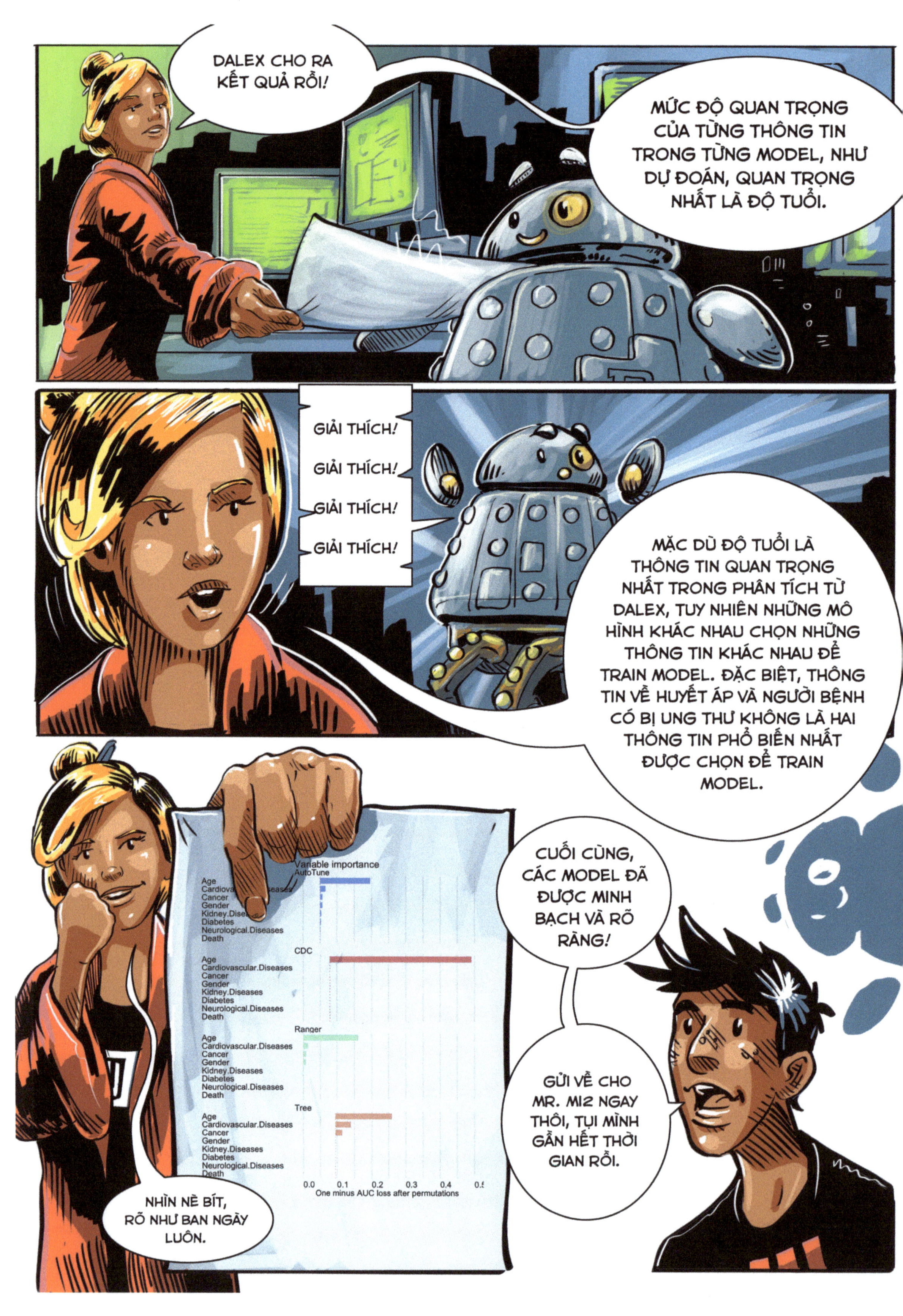

DALEX CHO RA KẾT QUẢ RỒI!
MỨC ĐỘ QUAN TRỌNG CỦA TỪNG THÔNG TIN TRONG TỪNG MODEL, NHƯ DỰ ĐOÁN, QUAN TRỌNG NHẤT LÀ ĐỘ TUỔI.
GIẢI THÍCH!
GIẢI THÍCH!
GIẢI THÍCH!
GIẢI THÍCH!
MẶC DÙ ĐỘ TUỔI LÀ THÔNG TIN QUAN TRỌNG NHẤT TRONG PHÂN TÍCH TỪ DALEX, TUY NHIÊN NHỮNG MÔ HÌNH KHÁC NHAU CHỌN NHỮNG THÔNG TIN KHÁC NHAU ĐỂ TRAIN MODEL. ĐẶC BIỆT, THÔNG TIN VỀ HUYẾT ÁP VÀ NGƯỜI BỆNH CÓ BỊ UNG THƯ KHÔNG LÀ HAI THÔNG TIN PHỔ BIẾN NHẤT ĐƯỢC CHỌN ĐỂ TRAIN MODEL.
CUỐI CÙNG, CÁC MODEL ĐÃ ĐƯỢC MINH BẠCH VÀ RÕ RÀNG!
GỬI VỀ CHO MR. MI2 NGAY THÔI, TỤI MÌNH GẦN HẾT THỜI GIAN RỒI.
NHÌN NÈ BÍT, RÕ NHƯ BAN NGÀY LUÔN.
Variable importance
AutoTune
Age
Cardiovascular.Diseases
Cancer
Gender
Kidney.Diseases
Diabetes
Neurological.Diseases
Death
CDC
Age
Cardiovascular.Diseases
Cancer
Gender
Kidney.Diseases
Diabetes
Neurological.Diseases
Death
Ranger
Age
Cardiovascular.Diseases
Cancer
Gender
Kidney.Diseases
Diabetes
Neurological.Diseases
Death
Tree
Age
Cardiovascular.Diseases
Cancer
Gender
Kidney.Diseases
Diabetes
Neurological.Diseases
Death
0.0   0.1   0.2   0.3   0.4   0.5
One minus AUC loss after permutations

SỰ VỘI VÀNG SẼ PHÁ HỎNG MỌI THỨ. VẪN CÒN MỘT CHÚT THỜI GIAN NỮA, THẾ THÌ SAO BỌN MÌNH KHÔNG NHỜ DALEX DÙNG NHỮNG KĨ THUẬT KHÁC ĐỂ HIỂU RÕ HƠN VỀ MODEL NHỈ? CHÚNG TA BIẾT ĐỘ TUỔI QUAN TRỌNG, NHƯNG QUAN TRỌNG NHƯ THẾ NÀO NỮA KÌA, NẾU GIẢM 10 TUỔI, TỈ LỆ TỬ VONG SẼ GIẢM NHƯ THẾ NÀO? THỬ DÙNG KĨ THUẬT PARTIAL DEPENDENCE ĐỂ KIỂM TRA TƯƠNG QUAN GIỮA ĐỘ TUỔI VÀ KẾT QUẢ CỦA MODEL NÀO!
ĐÚNG! ĐÚNG! ĐÚNG!

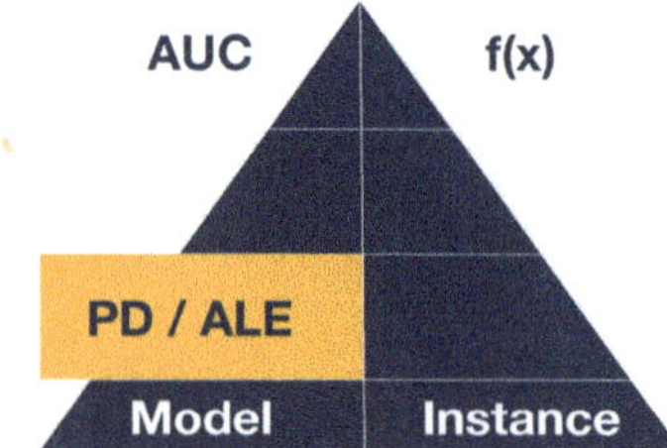

Cả hai kĩ thuật được giới thiệu rất kĩ trong Chapter 17 quyển sách Explanatory Model Analysis `https://ema.drwhy.ai/partialDependenceProfiles.html`

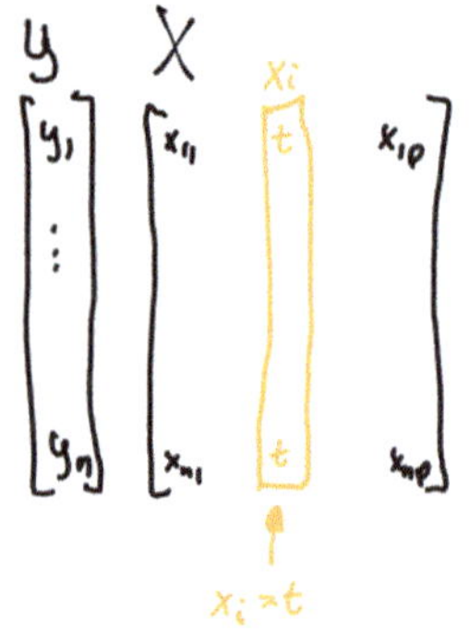

Figure 16: Trong tập dữ liệu, biến i được thay thế với giá trị t, sau đó chúng ta tính model response trung bình.

Partial Dependence và Accumulated Local Effects

Một khi chúng ta biết được những biến nào quan trọng cho model, khá thú vị khi chúng ta sẽ tìm cách xác định được mối liên hệ giữa một biến cụ thể và kết quả dự đoán của model. Hai kĩ thuật phổ biến trong bước Explanatory Model Analysis này là Partial Dependence (PD) và Accumulated Local Effects (ALE).

Kĩ thuật PD được đề xuất lần đầu tiên vào năm 2001 cho model gradient boosting nhưng kĩ thuật này còn có thể dùng trong model agnostic fashion. Kĩ thuật này được dựa trên phân tích trung bình của model response sau khi thay thế biến i với giá trị của t.

Chính thức hơn, kĩ thuật PD cho biến i là một hàm theo t được định nghĩa bởi:

$$PD(i, t) = E\left[f(x_1, ..., x_{i-1}, t, x_{i+1}, ..., x_p)\right],$$

trong đó giá trị kì vọng được tính trên cả phân phối của dữ liệu. Estimator là:

$$\widehat{PD}(i, t) = \frac{1}{n} \sum_{j=1}^{n} f(x_1^j, ..., x_{i-1}^j, t, x_{i+1}^j, ..., x_p^j).$$

Việc thay thế biến thứ i bởi giá trị t có thể đưa ra những mẫu dữ liệu kì quặc, đặc biệt trong trường hợp biến thứ i tương quan với các biến khác. Việc làm thay thế này có thể làm mất đi các cấu trúc tương quan của model. Một giải pháp cho vấn đề chính là kĩ thuật Accumulated Local Effects, mà có thể tính trung bình được trên cả phân phối có điều kiện.

Việc phân tích Partial Dependence profile cho mỗi variable mang rất nhiều thông tin có giá trị. Tuy nhiên, lưu ý rằng trong những model phức tạp, chúng ta nên sẵn sàng cho những mối quan hệ tương quan phức tạp. Do đó, global profile cho một variable có thể quá đơn giản. Một sự mở rộng của PD profile là cách tính chúng trong những nhóm được định nghĩa bởi một số variables hoặc từng lớp các observations tìm được trong kết quả dự đoán. Ví dụ bên dưới:

Code trong R

Chúng ta sử dụng hàm `model_profile` từ thư viện `DALEX` để tính variable profile. Thông số cần thiết duy nhất là model cần được phân tích. Sẽ tốt hơn nếu chúng ta ghi ra cụ thể tên của những biến cần được phân tích trong thông số thứ hai; nhưng nếu không, profiles sẽ được tính cho tất cả các biến, có thể sẽ cần thời gian chạy lâu hơn.

Giá trị trung bình được tính cho phân phối của thông số `data` trong explainer. Ở đây, chúng ta tính PD profiles cho biến Age trong tập dữ liệu `covid_summer`.

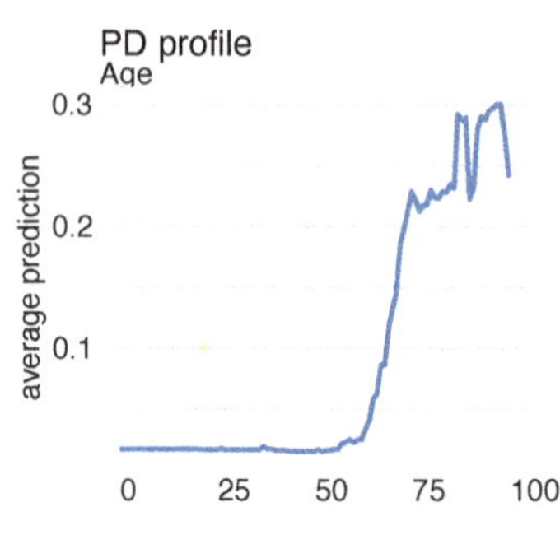

Figure 17: Partial dependence profile cho biến Age.

```r
mp_ranger <- model_profile(model_ranger, "Age")
# Xem Figure 17
plot(mp_ranger)
```

Bởi vì chúng ta có bốn models nên rất cần so sánh các model's response khác nhau như thể vào đối với biến Age.

```
mp_cdc    <- model_profile(model_cdc, "Age")
mp_tree   <- model_profile(model_tree, "Age")
mp_tuned  <- model_profile(model_tuned, "Age")
# See Figure 20
plot(model_cdc, model_tree, mp_ranger, model_tuned)
```

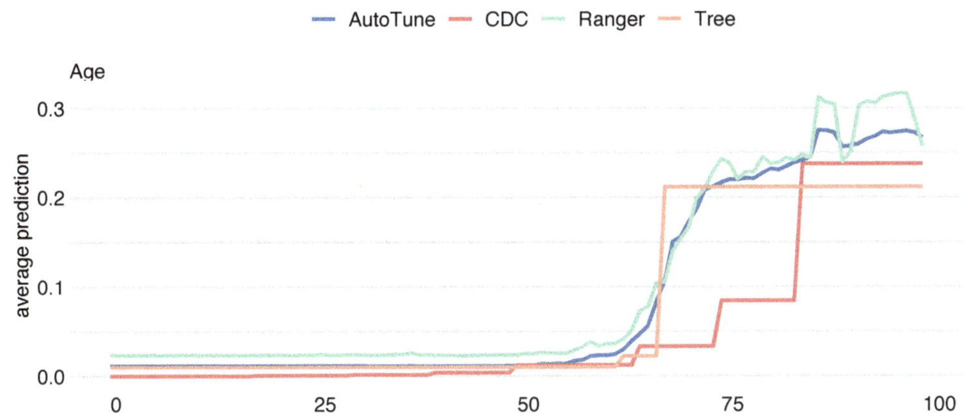

Figure 18: Các màu biểu thị các model khác nhau. Model CDC có những bước nhảy vọt trong dự đoán khả năng tử vong. Những models dựa trên dữ liệu covid_spring có xu hướng dự đoán khả năng tử vong vao cho nhóm tuổi tầm 65. Tree model quá yếu không đủ để ghi nhận và dự đoán nguy cơ rất cao cho nhóm tuổi cao nhất. Ngoài ra, các models đều khá đồng nhất về hình dạng chung với mối liên hệ tuổi tác.

Grouped Partial Dependence profiles

Mặc định, average được tính cho tất cả các observations. Nhưng với thông số `groups`, ta có thể ghi rõ nhóm các biến. PD profiles được tính độc lập cho mỗi level của biến này.

```
mgroup_ranger <- model_profile(model_ranger, "Age",
                    groups = "Diabetes")
# Xem Figure 19
plot(mgroup_ranger)
```

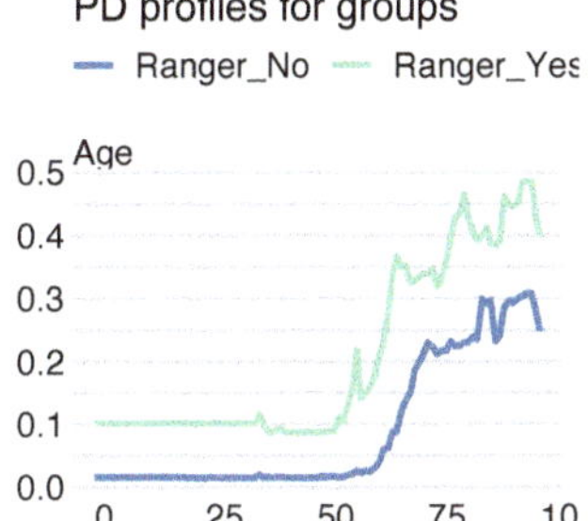

Figure 19: Partial Dependence cho Age trong những nhóm được định nghĩa bởi biến Diabetes.

Clustered Partial Dependence profiles

Nếu model cộng tính (additive), các individual profiles (xem phần kế tiếp liên quan đến Ceteris Paribus profiles) đều song song. Nhưng nếu model có các sự tương tác, các individual profiles có thể có những hình dạng khác nhau cho các giá trị khác nhau của các biến trong mỗi tương tác. Để quan sát liệu có những sự tương tác như vậy không, chúng ta có thể phân cụm các individual profiles.

Nếu chúng ta ghi rõ thông số k, hàm `model_profile` sẽ thực hiện hierarchical clustering của các profiles, xác định nhóm của k profiles khác nhau nhiều nhất và tính một cách riêng lẻ Partial Dependence cho mỗi nhóm.

```
mclust_ranger <- model_profile(model_ranger, "Age",
                    k = 3, center = TRUE)
# Xem Figure 20
plot(mclust_ranger)
```

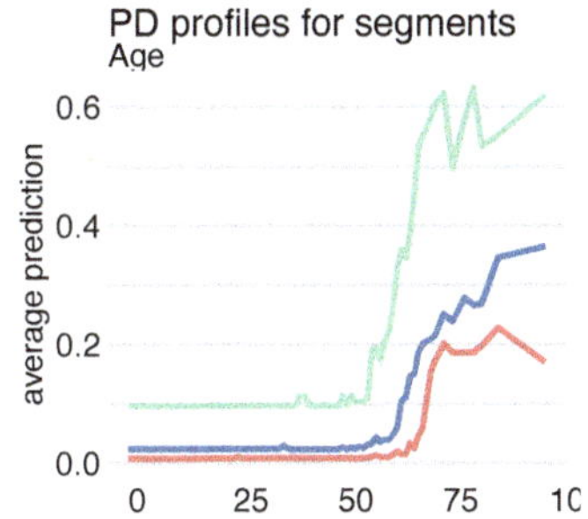

Figure 20: Partial Dependence cho ba segments.

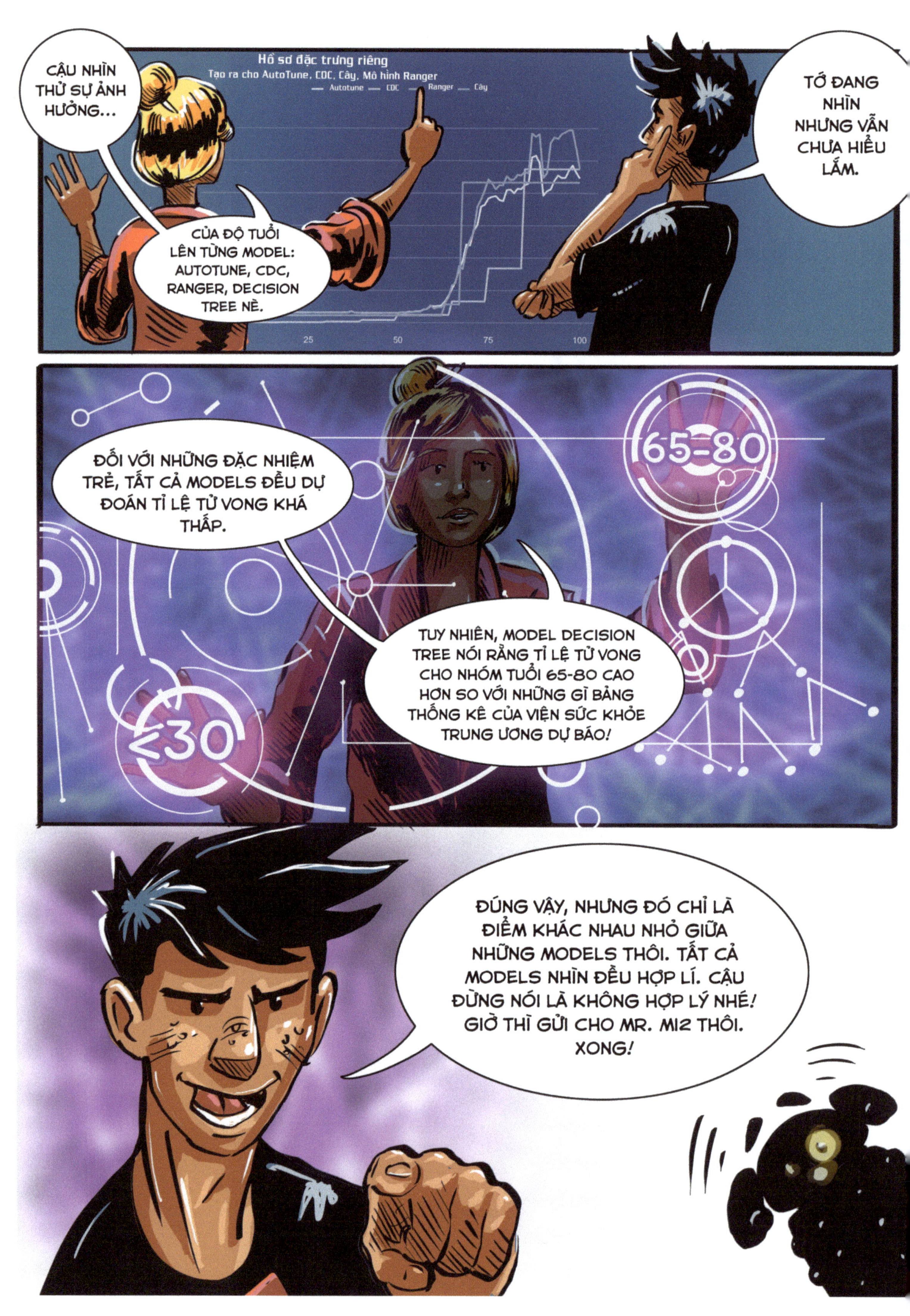

CẬU NHÌN THỬ SỰ ẢNH HƯỞNG...
CỦA ĐỘ TUỔI LÊN TỪNG MODEL: AUTOTUNE, CDC, RANGER, DECISION TREE NÈ.
Hồ sơ đặc trưng riêng
Tạo ra cho AutoTune, CDC, Cây, Mô hình Ranger
Autotune   CDC   Ranger   Cây
25   50   75   100
TỐ ĐANG NHÌN NHƯNG VẪN CHƯA HIỂU LẮM.
ĐỐI VỚI NHỮNG ĐẶC NHIỆM TRẺ, TẤT CẢ MODELS ĐỀU DỰ ĐOÁN TỈ LỆ TỬ VONG KHÁ THẤP.
65-80
<30
TUY NHIÊN, MODEL DECISION TREE NÓI RẰNG TỈ LỆ TỬ VONG CHO NHÓM TUỔI 65-80 CAO HƠN SO VỚI NHỮNG GÌ BẢNG THỐNG KÊ CỦA VIỆN SỨC KHỎE TRUNG ƯƠNG DỰ BÁO!
ĐÚNG VẬY, NHƯNG ĐÓ CHỈ LÀ ĐIỂM KHÁC NHAU NHỎ GIỮA NHỮNG MODELS THÔI. TẤT CẢ MODELS NHÌN ĐỀU HỢP LÍ. CẬU ĐỪNG NÓI LÀ KHÔNG HỢP LÝ NHÉ! GIỜ THÌ GỬI CHO MR. MI2 THÔI. XONG!

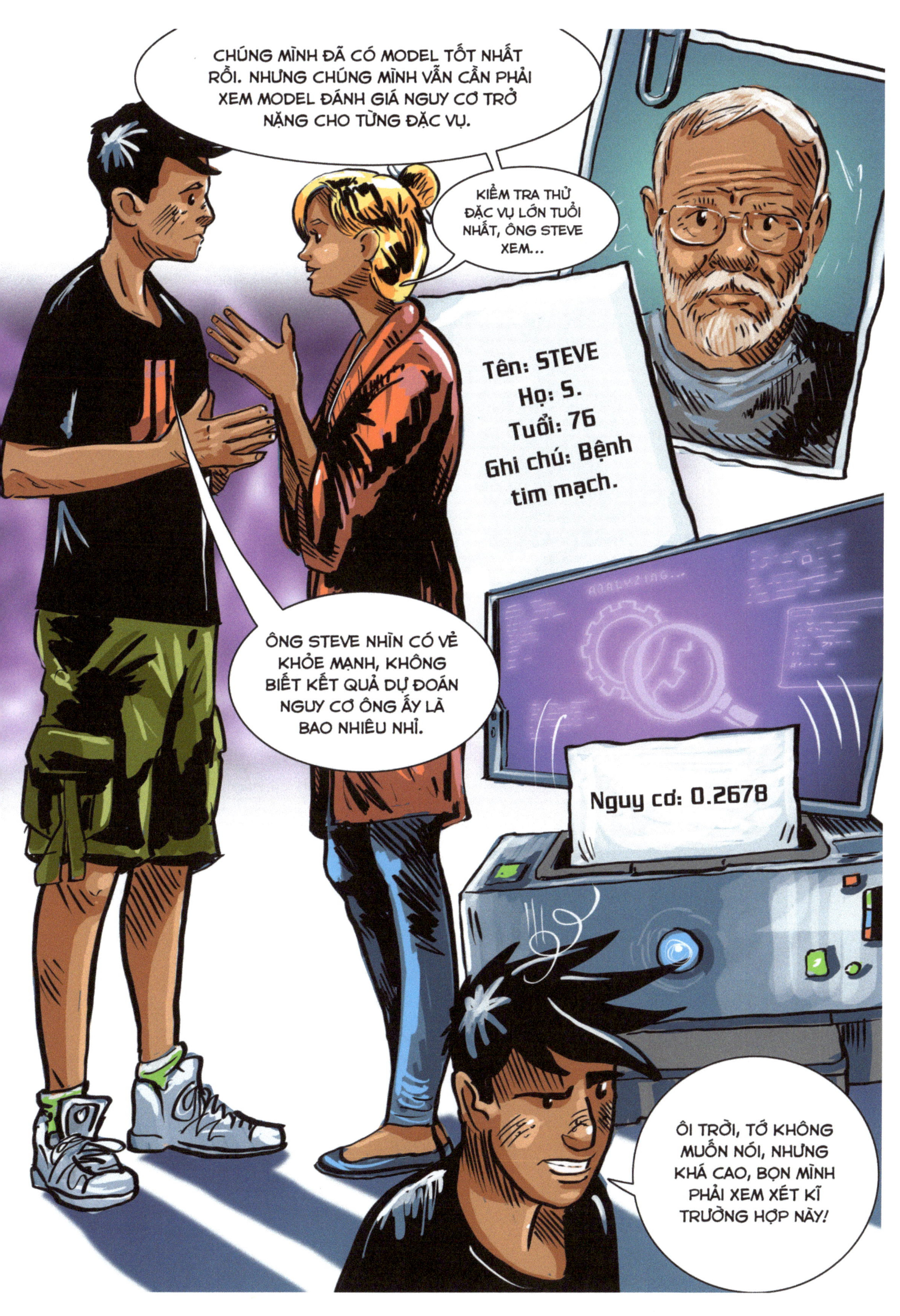

CHÚNG MÌNH ĐÃ CÓ MODEL TỐT NHẤT RỒI. NHƯNG CHÚNG MÌNH VẪN CẦN PHẢI XEM MODEL ĐÁNH GIÁ NGUY CƠ TRỞ NẶNG CHO TỪNG ĐẶC VỤ.
KIỂM TRA THỬ ĐẶC VỤ LỚN TUỔI NHẤT, ÔNG STEVE XEM...
Tên: STEVE
Họ: S.
Tuổi: 76
Ghi chú: Bệnh tim mạch.
ANALYZING...
ÔNG STEVE NHÌN CÓ VẺ KHỎE MẠNH, KHÔNG BIẾT KẾT QUẢ DỰ ĐOÁN NGUY CƠ ÔNG ẤY LÀ BAO NHIÊU NHỈ.
Nguy cơ: 0.2678
ÔI TRỜI, TỚ KHÔNG MUỐN NÓI, NHƯNG KHÁ CAO, BỌN MÌNH PHẢI XEM XÉT KĨ TRƯỜNG HỢP NÀY!

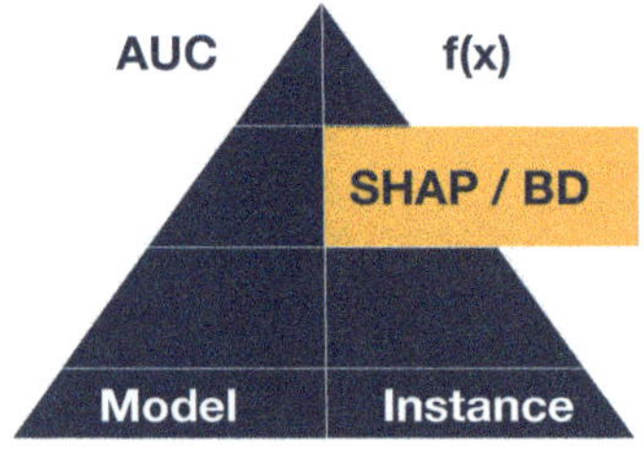

Instance level exploration

Các model developers thường thích những nhận xét toàn cục (global) đối với model, ví dụ như, hiệu suất model có cao không hoặc nhìn nhận model như là một hàm với các features. Nhưng người dùng lại có góc nhìn khác. Trong hầu hết các trường hợp, người dùng chỉ quan tâm liệu dự đoán của model có liên quan đến mình không. Chúng ta có nghe đến „right to explanation"- quyền được yêu cầu giải thích; có nghĩa là với một dự đoán của model, chúng ta phải chỉ ra được các biến quan trọng ảnh hưởng đến dự đoán của model. Đặc biệt là với những quyết định mang tính chiến lược, ta phải bổ sung nhiều nhất có thể những thông tin về kết quả dự đoán của model để có được kết quả đáng tin cậy.

Shapley values và the Break-down plots

Với dữ liệu dạng bảng, một trong những kĩ thuật thường được dùng nhất cho local variable attribution chính là chỉ số Shapley value. Ý tưởng của Shapley value là phân tích một chuỗi các giá trị kì vọng có điều kiện. Bằng cách này, chúng ta có thể phát hiện conditional mean thay đổi từ average model response đến dự đoán của model cho observation of interest x^*. Cùng xem xét một chuỗi các giá trị kì vọng:

$$\mu = E\left[f(X)\right],$$
$$\mu_{x_1} = E\left[f(X)|X_1 = x_1^*\right],$$
$$\mu_{x_1,x_2} = E\left[f(X)|X_1 = x_1^*, X_2 = x_2^*\right],$$
$$\dots$$
$$\mu_{x_1,x_2,\dots,x_p} = E\left[f(X)|X_1 = x_1^*, X_2 = x_2^*, \dots, X_p = x_p^*\right] = f(x^*).$$

Bằng cách quan sát những hiệu số $\mu_{x_1} - \mu$, $\mu_{x_1,x_2} - \mu_{x_1}$,.. vv, ta có thể tính được the added effects của individual variables, ví dụ ở Figure 21. Phương pháp này nghe có vẻ rất trực quan và dễ hiểu; tuy nhiên, có hai vấn đề với cách tiếp cận này.

Một là không dễ dàng gì để xấp xỉ được conditional expected value. Trong phần lớn implementations, thường có giả định là các features độc lập với nhau, do đó, chúng ta sẽ xấp xỉ μ_K như là một average model response với các biến trong tập K được thay thế bởi các giá trị tương ứng từ observation x^*. Do đó, xấp xỉ thô nhất sẽ là

$$\widehat{\mu}_K = \frac{1}{n}\sum_{i=1}^{n} f(x_1^o, x_2^o, \dots, x_p^o), \text{ where } \begin{cases} x_j^o = x_j^*, \text{ if } j \in K \\ x_j^o = x_j^i, \text{ if } j \notin K. \end{cases}$$

Vấn đề thứ hai là những tác động này có thể phụ thuộc vào thứ tự của các điều kiện. Làm cách nào để vượt qua vấn đề này? Kỹ thuật Shapley values tính các attributions như là một trung bình của tất cả (hoặc ít nhất một số lượng lớn các random) orderings, trong khi đó kỹ thuật Break-down sử dụng một thứ tự riêng lẻ được quyết định bởi kĩ thuật tìm tối ưu địa phương ưu tiên những variables với mức độ quan trọng cao từ ban đầu.

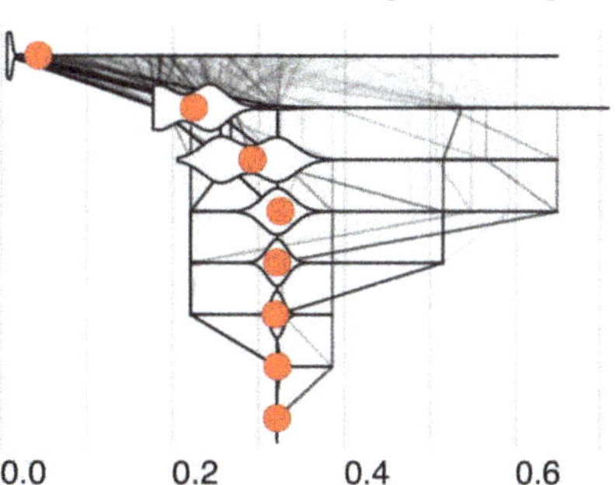

Figure 21: Những dòng dưới đây thể hiện những phân phối có điều kiện (vioplots) và giá trị kì vọng có điều kiện (chấm đỏ).

Những đường màu xám giữa những dòng biểu diễn sự thay đổi của những dự đoán cho mỗi observation sau khi thay thế variable kế tiếp với giá trị từ observation x^*.

Việc phân tích một chuỗi các conditionings như trên, chúng ta có thể đọc được những biến nào là quan trọng để giải thích được sự khác biệt giữa mean model response (dòng đầu tiên) và observed model response (dòng cuối cùng).

Code trong R

Hãy cùng nhập vào một observation mà chính ta sẽ xem xét model kĩ lưỡng hơn. Đặt mẫu là một người đàn ông 76 tuổi với bệnh tăng huyết áp (hypertension). Ta sẽ lấy `model_ranger` để phân tích local model với ví dụ này.

```
Steve <- data.frame(Gender = factor("Male", c("Female", "Male")),
   Age                     = 76,
   Cardiovascular.Diseases = factor("Yes", c("No", "Yes")),
   Diabetes                = factor("No", c("No", "Yes")),
   Neurological.Diseases   = factor("No", c("No", "Yes")),
   Kidney.Diseases         = factor("No", c("No", "Yes")),
   Cancer                  = factor("No", c("No", "Yes")))
predict(model_ranger, Steve)
# 0.322
```

Hàm `predict_parts` cho một model cụ thể và một observation cụ thể sẽ tính toán local variable attributions. Tham số không bắt buộc `order` cho dùng một dãy cụ thể những variables. Nếu tham số không được điền, phương pháp tối ưu bằng cách tìm cực trị địa phương sẽ được dùng để bắt đầu quá trình conditioning với những variables liên quan nhất. Kết quả trình bày trong Figure 22.

```
(bd_ranger <- predict_parts(model_ranger, Steve))
#                                          contribution
# Ranger: intercept                            0.043
# Ranger: Age = 76                             0.181
# Ranger: Cardiovascular.Diseases = Yes        0.069
# Ranger: Gender = Male                        0.033
# Ranger: Kidney.Diseases = No                -0.004
# Ranger: Cancer = No                         -0.002
# Ranger: Diabetes = No                        0.003
# Ranger: Neurological.Diseases = No           0.000
# Ranger: prediction                           0.322
plot(bd_ranger)
```

Một cách thay thế chính là tính trung bình cho tất cả (hoặc ít nhất rất nhiều ngẫu nhiên) orderings của variables. Đây chính là cách Shapley value được tính. Hàm `show_boxplots` sẽ nhấn mạnh tính ổn định của estimated attributions giữa những orderings khác nhau. Xem thêm Figure 22.

```
shap_ranger <- predict_parts(model_ranger, Steve, type = "shap")
plot(shap_ranger, show_boxplots = TRUE)
```

Figure 22: Shapley values (trái) và Break-down (right) mô tả sự đóng góp của mỗi variable trong kết quả cuối cùng của model. Cả hai kĩ thuật attribution này đảm bảo là tổng của các individual attributions sẽ được thêm vào để bằng kết quả dự đoán cuối cùng của model.

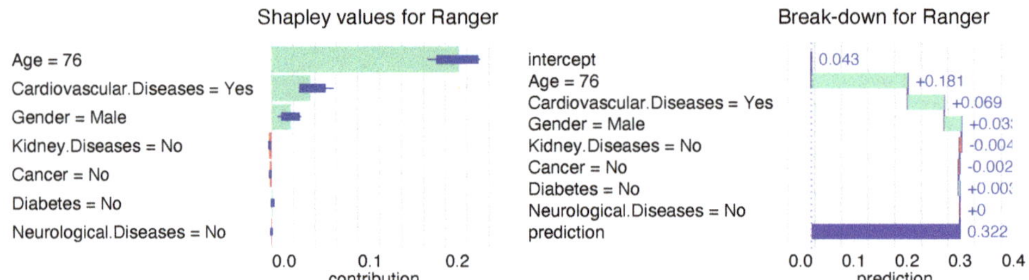

Shapley value cộng tính. Với những models có interactions, cách tính này đôi lúc đã bị đơn giản hóa quá mức. Những giá trị khác có thể tham khảo là với thông số `type`, ta có thể tính `shap`, `break_down`, `break_down_interactions`[36] hoặc `oscillations`.

Lưu ý rằng nếu để mặc định, các hàm như `model_parts`, `predict_parts`, `model_profiles` sẽ không tính statistics trên toàn bộ tập dữ liệu (vì lí do thời gian chạy), chỉ trên `n_samples` của random cases,và toàn bộ quá trình sẽ được lặp lại B lần để xấp xỉ error bars.

[36] Sự lựa chọn này có thể xác định được từng cặp các interactions, xem thêm Chapter 7 trong https://ema.drwhy.ai/iBreakDown.html.

Ceteris Paribus

Ceteris Paribus (CP) là một cụm từ tiếng Latinh có nghĩa "những thứ khác nhau đang bằng nhau". Đây là một kỹ thuật rất hữu ích để phân tích hành vi của model đối với một observation riêng lẻ.

CP profiles, thường được gọi là Individual Conditional Expectations (ICE), sẽ biểu thị sự thay đổi của model với một observation được chọn nếu một giá trị của một biến trong observation bị thay đổi trong khi các variables còn lại được giữ nguyên.

Trong khi local variable attribution là một kĩ thuật khá thuận tiện để trả lời câu hỏi Cái nào- which variables ảnh hưởng đến dự đoán, và local profile analysis là một kĩ thuật tốt để trả lời câu hỏi Thế nào- how the model response phụ thuộc vào một biến cụ thể, hoặc trả lời câu hỏi Điều gì sẽ xảy ra nếu...

Code trong R

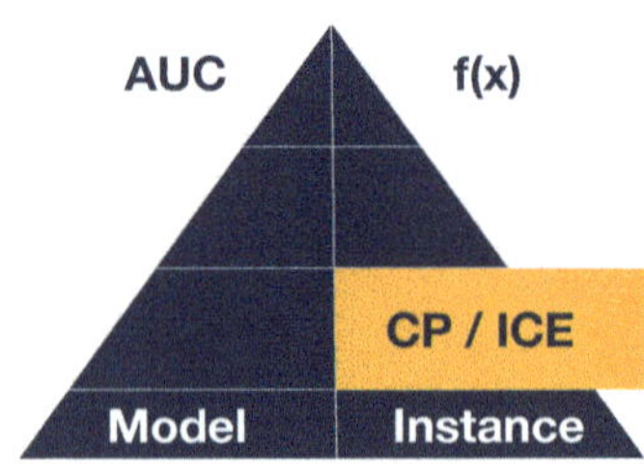

Hàm `predict_profiles()` tính Ceteris Paribus profiles cho model được chọn và observations được chọn. Mặc định, nó sẽ tính profiles cho tất cả các variables, nhưng người dùng có thể giới hạn danh sách với vector `variables` chứa các variables.

```
cp_ranger <- predict_profile(model_ranger, Steve)
cp_ranger
#  Top profiles   :
#        Gender    Age Cardiovascular.Diseases Diabetes
# 1      Female 76.00                     Yes       No
# 1.1      Male 76.00                     Yes       No
# 11       Male  0.00                     Yes       No
# 1.110    Male  0.99                     Yes       No
```

Các cấu hình được tính sẽ được vẽ bằng hàm `plot`. Cũng như với các explanations khác trong thư viện `DALEX`, rất nhiều models có thể được biểu diễn cùng lúc trên một đồ thị, mặc dù lí do những biến định tính và định lượng không thể cùng lúc được biểu thị trên một đồ thị. Do đó, nếu bạn muốn biểu diễn mức độ quan trọng cũng những biến định tính, bạn cần phải cần các đồ thị riêng lẻ.

Hình 23 minh họa ví dụ của một CP profile với biến liên tục là `Age` và với biến phân loại (categorical) là `Cardiovascular.Diseases`.

```
# Xem Figure 23
plot(cp_ranger, variables = "Age")
plot(cp_ranger, variables = "Cardiovascular.Diseases",
        categorical_type = "lines")
```

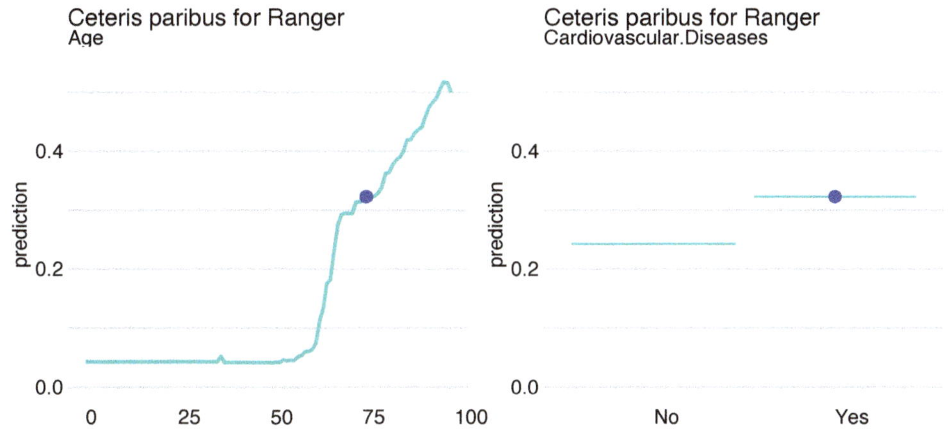

Figure 23: Chấm tròn biểu diễn observation khi được phân tích. CP profile biểu diễn những dự đoán của model thay đổi ra sao khi variable được chọn có những thay đổi. Phía bên trái là CP profile cho biến liên tục `Age`, phía bên phải cho biến phân loại `Cardio-vascular.Diseases`. Với các biến phân loại, chúng ta có thể cụ thể được CP profiles sẽ được vẽ thế nào bằng cách thay đổi tham số `categorical_type`.

Hàm `plot` kết hợp được với nhiều models, do đó rất thuận tiện để so sánh các điểm giống và khác nhau giữa các models.

```
cp_cdc <- predict_profile(model_cdc, Steve)
cp_tree <- predict_profile(model_tree, Steve)
cp_tune <- predict_profile(model_tuned, Steve)
# Xem Figure 24
plot(cp_cdc, cp_tree, cp_ranger, cp_tune, variables = "Age")
```

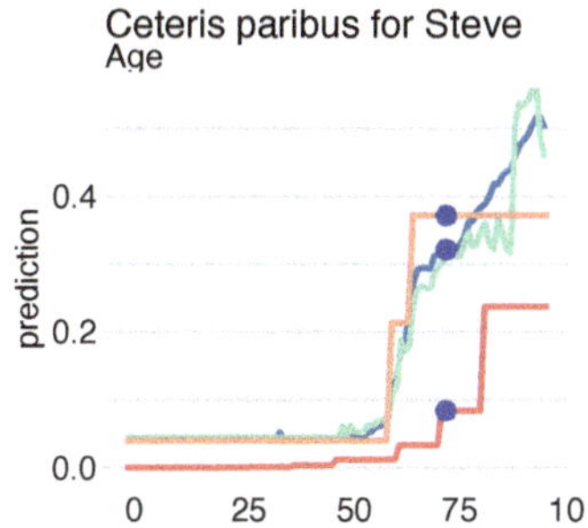

Figure 24: CP profiles cho ông Steve, bốn màu đại diện cho bốn models.

CP profiles cũng rất hữu ích để tìm các biến quan trọng trong một model. Nếu profiles dao động càng nhiều, có nghĩa biến đó có mức độ ảnh hưởng cao. Để đo độ quan trọng như vậy, chúng ta có thể dùng hàm `predict_parts` và lựa chọn `type = "oscillations"`[37].

```
predict_parts(model_ranger, Steve, type = "oscillations")
#                      _vname_ _ids_ oscillations
# 2                        Age     1   0.22872998
# 6            Kidney.Diseases     1   0.16371903
# 7                     Cancer     1   0.09641507
# 4                   Diabetes     1   0.05052652
# 3    Cardiovascular.Diseases     1   0.03984208
# 1                     Gender     1   0.03308303
# 5      Neurological.Diseases     1   0.03164090
```

[37] Mức độ dao động có thể đo bằng nhiều cách, theo mặc định là phần diện tích giữa CP profile và đường nằm ngang của dự đoán của model.

TỚ CÓ BẢNG PHÂN TÍCH CHI TIẾT NGUY CƠ CỦA ÔNG STEVE RỒI.
Nazwisko: S.
Wiek: 76 lat
Płeć: M
Choroby: Nadciśnienie
NGUY CƠ ÔNG ẤY CAO BỞI VÌ: MỘT LÀ ĐỘ TUỔI VÀ HAI LÀ ÔNG ẤY BỊ CAO HUYẾT ÁP. NHỮNG THÔNG TIN KHÁC TRONG HỒ SƠ BỆNH ÁN CỦA ÔNG ẤY THAY ĐỔI KẾT QUẢ DỰ ĐOÁN CHÚT ÍT.
Hồ sơ Các Yếu Tố Khác Không Thay Đổi
Tạo ra cho mẹ hình AutoTune
Độ tuổi
Dự đoán
NGUY CƠ TRỞ NẶNG TĂNG VỌT LÊN VỚI NHỮNG NGƯỜI SAU 60 TUỔI NÈ!
ÔNG STEVE CẦN CHÍCH VACCINE NGAY LẬP TỨC!

GIỜ BỌN MÌNH ĐÃ TÍNH ĐƯỢC NGUY CƠ TRỞ NẶNG CHO TỪNG CÁ NHÂN RỒI.
VÀ KỂ CẢ KẾ HOẠCH TIÊM VACCINE, ĐẶC VỤ NÀO SẼ ĐƯỢC TIÊM TRƯỚC VÀ TIÊM SAU.
DANH SÁCH ĐẶC VỤ CỦA PHÒNG THÍ NGHIỆM NỮA.
TỚ SẼ VIẾT MỘT CÁI ỨNG DỤNG
TỚ SẼ CHUẨN BỊ VÀ ĐĂNG ỨNG DỤNG CỦA CẬU LÊN TRANG WEB CRS19.PL
ĐỂ MỌI NGƯỜI ĐỀU CÓ THỂ TỰ TÍNH ĐƯỢC NGUY CƠ TRỞ NẶNG CỦA TỪNG CÁ NHÂN.
VÀ BỌN MÌNH SẼ CÙNG NHAU VIẾT BÁO CÁO.
PHÙ, CHÚNG MÌNH VỪA HOÀN THÀNH TRONG NHỮNG PHÚT CUỐI CÙNG CỦA NHIỆM VỤ KHẨN NÀY, VẪN TRONG THỜI GIAN CHO PHÉP CỦA MR. MI2!!
Covid-19 risk calculator
Explain risk of:
Severe condition
Death
Gender: female, Age: 76, Cardiovascular Disease
After diagnosis of Covid-19 disease, the conditional probability of
severe condition is 17.9%
death is 14.72%
Cardiovascular Disease
Cancer
Explain severe condition prediction
What if age will change
KLIK!

Triển khai model

Chúng ta đã cùng tạo ra model từ dữ liệu Covid, cùng với những giải thích tường minh về model trong quyển sách, chắc chắn bạn đọc sẽ thấy rất thú vị khi tương tác cùng dự án này tại trang web: `https://crs19.pl/`. Chỉ sau hai tháng, hàng chục ngàn người đã sử dụng. Chúng tôi tin tưởng rằng, với công cụ hỗ trợ đúng, quá trình triển khai model không quá khó.

Để có được một model ổn định hiệu quả, chúng ta cần thực hiện chi tiết bước Explanatory Model Analysis. Tuy nhiên, chúng ta thường không có quá nhiều thời gian để thực hiện bước này. Vì lý do đó, những công cụ hỗ trợ quá trình tìm hiểu sâu về models được xây dựng một cách tự động và nhanh chóng trở nên cần thiết hơn bao giờ hết.

Một trong những công cụ đó là `modelStudio`[38]. Công cụ này cho phép chuyển từ đối tượng explainer trong DALEX thành một trang HTML với trên nền tảng javascript cho phép người dùng tương tác trực tiếp. Dạng trang HTML này rất dễ để lưu và chia sẻ qua email. Dạng HTML này chứa rất nhiều thông tin và đòi hỏi nhiều tính toán, do đó quá trình chạy cần thời gian nhất định, tuy nhiên sau đó, quá trình khám phá sâu về model rất nhanh, dễ và chặt chẽ.

Để tạo được một `modelStudio` cho đối tượng explainer dễ một cách kì lạ!

```
library("modelStudio")
ms <- modelStudio(model_ranger)
# See Figure 25
ms
```


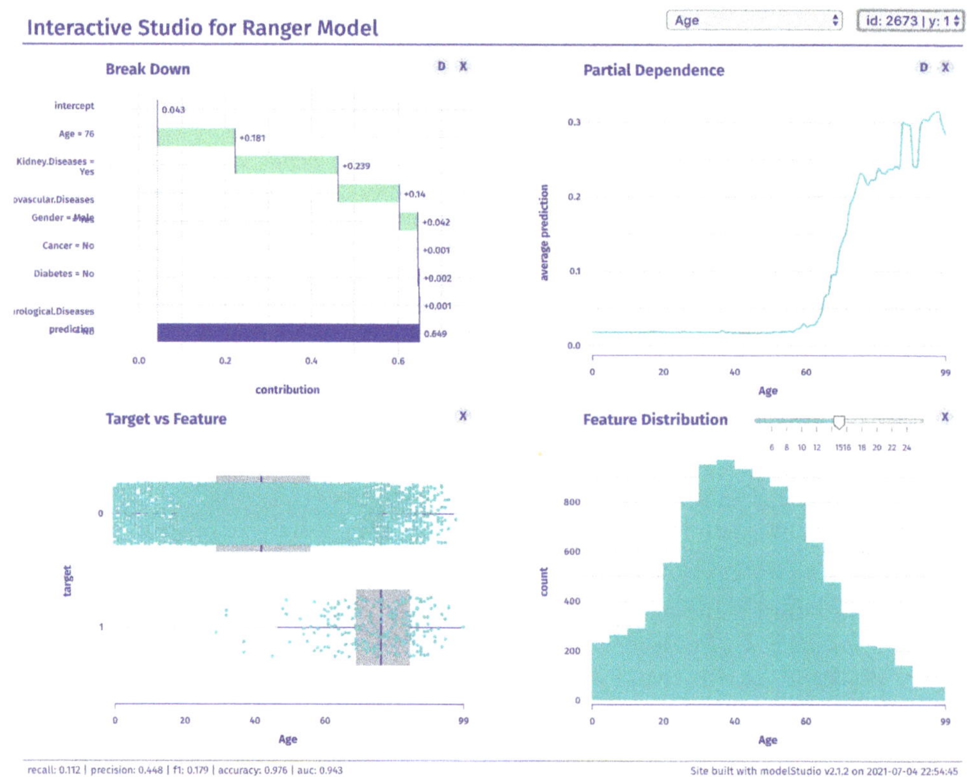

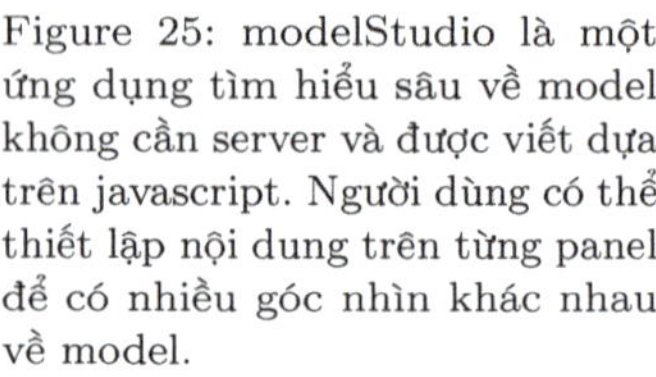
Figure 25: modelStudio là một ứng dụng tìm hiểu sâu về model không cần server và được viết dựa trên javascript. Người dùng có thể thiết lập nội dung trên từng panel để có nhiều góc nhìn khác nhau về model.

Một ví dụ của dashboard được xây dựng cho model với rất nhiều các features và hàng ngàn dòng chứa thông tin các cầu thủ bóng đá, mục tiêu là dự đoán giá trị để mua lại cầu thủ, dựa trên dữ liệu của FIFA. Tập dữ liệu tại: `https://pbiecek.github.io/explainFIFA20/`.

Nếu chúng ta muốn tự động quá trình so sánh nhiều models khác nhau, thư viện `Arena` rất nổi tiếng cho để giải quyết những yêu cầu như vậy. Thư viện có thể hoạt động ở hai trạng thái: live (với server bổ sung các số liệu thống kê một cách nhanh chóng) hoặc là các số liệu thống kê được tính trước. Trong trường hợp cần chạy nhiều models với các tập dữ liệu lớn, trạng thái live tiện lợi hơn rất nhiều.

Dashboard được tạo với hàm `create_arena`, sau đó với hàm `push_model` và hàm `push_observations`, chúng ta có thể thêm vào nhiều models, nhiều quan sát mới phục vụ cho quá trình tìm hiểu model. Đối tượng trả về có thể cuối cùng chuyển sang dạng live web application bằng cách kết hợp với hàm `run_server`.

Những dòng code bên dưới tổng hợp và chuyển bốn models dự đoán liên quan đến covid thành một bảng dashboard.

```
library("arenar")
library("dplyr")
covid_ar <- create_arena(live = TRUE) %>%
    push_model(model_cdc) %>%
    push_model(model_tree) %>%
    push_model(model_ranger) %>%
    push_model(model_tuned) %>%
    push_observations(Steve)
# Xem Figure 26
run_server(covid_ar)
```

Figure 26: `arenar` là ứng dụng web hỗ trợ việc tìm hiểu sâu hơn nhiều models dự đoán cùng một thời điểm.

Một dashboard mẫu được xây dựng cho model với rất nhiều các features và hàng ngàn dòng chứa thông tin các cầu thủ bóng đá, mục tiêu là dự đoán giá tiền để mua lại cầu thủ, dựa trên dữ liệu của FIFA. Dashboard tại trang: `https://arena.drwhy.ai/?demo=1`.

CUỐI CÙNG, TỚ CŨNG CÓ THỂ NÓI, CHÚNG MÌNH HOÀN TẤT RỒI!! CHÚC MỪNG.
NHẤT TRÍ VỚI BÊTA LẦN NÀY LUÔN.
CÔNG NHẬN, NHIỆM VỤ KHẨN LẦN NÀY KHÓ GHÊ, NHƯNG CHÚNG TA CUỐI CÙNG CŨNG HOÀN THÀNH. GIỜ NGHĨ RA TRÒ GÌ VUI THẬT VUI ĐỂ THƯ GIÃN ĐI.
2 phút sau...
? ? ?

THÔI NÀO BETA, CẬU VỪA NÓI CHÚNG TA SẼ LÀM GÌ ĐÓ MÀ.
LẬP TRÌNH CHƯƠNG TRÌNH AI CHƠI GẠCH TỰ ĐỘNG CŨNG RA GÌ LẮM ĐÓ!
GIẢI THÍCH GIẢI THÍCH GIẢI THÍCH
...BÊTAAAAAAA !!!
HAY LÀ SUY NGHĨ VỀ NHỮNG NƠI CÓ THỂ ỨNG DỤNG MÔ HÌNH CỦA TỤI MÌNH ĐI BÍT?
MI DATA LAB

Hubert Baniecki and Przemyslaw Biecek. The Grammar of Interactive Explanatory Model Analysis. Arxiv, 2020. URL `https://arxiv.org/abs/2005.00497`.

Przemyslaw Biecek. DALEX: Explainers for Complex Predictive Models in R. Journal of Machine Learning Research, 19(84):1–5, 2018. URL `https://jmlr.org/papers/v19/18-416.html`.

Przemyslaw Biecek and Tomasz Burzykowski. Explanatory Model Analysis. Chapman and Hall/CRC, New York, 2021. URL `https://pbiecek.github.io/ema/`.

L. Breiman, J. H. Friedman, R. A. Olshen, and C. J. Stone. Classification and Regression Trees. Wadsworth and Brooks, Monterey, CA, 1984.

Leo Breiman. Random forests. Machine Learning, 45(1):5–32, 2001a. ISSN 0885-6125.

Leo Breiman. Statistical modeling: the two cultures. Statistical Science, 16(3):199–231, 2001b.

Torsten Hothorn and Achim Zeileis. partykit: A modular toolkit for recursive partytioning in R. Journal of Machine Learning Research, 16:3905–3909, 2015.

Gareth James, Daniela Witten, Trevor Hastie, and Robert Tibshirani. An Introduction to Statistical Learning: with Applications in R. Springer, 2013. URL `https://www.statlearning.com/`.

Michel Lang, Martin Binder, Jakob Richter, Patrick Schratz, Florian Pfisterer, Stefan Coors, Quay Au, Giuseppe Casalicchio, Lars Kotthoff, and Bernd Bischl. mlr3: A modern object-oriented machine learning framework in R. Journal of Open Source Software, 2019. doi: 10.21105/joss.01903.

Andy Liaw and Matthew Wiener. Classification and Regression by randomForest. R News, 2(3):18–22, 2002.

R Core Team. R: A Language and Environment for Statistical Computing. R Foundation for Statistical Computing, Vienna, Austria, 2021. URL `https://www.R-project.org/`.

Hadley Wickham and Garrett Grolemund. R for Data Science: Import, Tidy, Transform, Visualize, and Model Data. O'Reilly Media, Inc., 2017.

Marvin N. Wright and Andreas Ziegler. ranger: A fast implementation of random forests for high dimensional data in C++ and R. Journal of Statistical Software, 77(1):1–17, 2017.